தீ

தீ

எஸ். பொன்னுத்துரை (1932 – 2014)

யாழ்ப்பாணம் நல்லூரில் பண்டாரக்குளம் பகுதியில் பிறந்தார். சென்னை கிறிஸ்தவக் கல்லூரியில் பி.ஏ. பட்டம் பெற்றார். ஆங்கில ஆசிரியை ஈஸ்பரம் அவர்களைத் தனது 24ஆம் வயதில் திருமணம் செய்துகொண்டார். 1981ஆம் ஆண்டு நைஜீரியாவில் ஆங்கில மொழியியல் துறையின் தலைவராகப் பணியாற்றினார். 1990இல் ஆஸ்திரேலியாவில் குடியேறி ஆஸ்திரேலியாவிலும் சென்னையிலுமாக வாழ்ந்தார். சென்னையில் மித்ர பதிப்பகத்தை ஆரம்பித்து நிர்வகித்து வந்தார். எஸ்.பொவிற்கு மேகலா அநுர, மித்ர, புத்ர, இந்ர எனும் பிள்ளைகள். மித்ர ஈழப்போரில் பங்குபெற்று மாவீரரானார். புத்ர ஒரு விபத்தில் மரணமடைந்தார்.

எஸ்.பொ. ஆப்பிரிக்க நாவல்களை மொழிபெயர்த்து வெளியிடுவதில் தனி ஆர்வம் கொண்டிருந்தார்.

எஸ். பொன்னுத்துரை

தீ

காலச்சுவடு பதிப்பகம்

அன்பார்ந்த வாசகருக்கு,

வணக்கம்.

காலச்சுவடு நூலை வாங்கியமைக்கு நன்றி.

நூலின் உள்ளடக்கம், உருவாக்கம், அட்டைப்படம் இன்ன பிற அம்சங்கள் பற்றிய உங்கள் கருத்துகளையும் ஆலோசனைகளையும் காலச்சுவடு வரவேற்கிறது. தகவல், எழுத்து, வாக்கியப் பிழைகள் தென்பட்டால் கட்டாயம் தெரிவித்து உதவுங்கள். நூல் தயாரிப்பில் கடும் குறைபாடு இருப்பின் மாற்றுப் பிரதி உங்களுக்குக் கிடைக்கக் காலச்சுவடு ஏற்பாடு செய்யும்.

மின்னஞ்சல்: publisher@kalachuvadu.com

காலச்சுவடு நாகர்கோவில் தலைமையகத்துக்கும் கடிதம் அனுப்பலாம்.

தங்கள்
எஸ்.ஆர். சுந்தரம் (கண்ணன்)
பதிப்பாளர் — நிர்வாக இயக்குநர்

தீ ❖ நாவல் ❖ ஆசிரியர்: எஸ். பொன்னுத்துரை ❖ © எஸ். பொன்னுத்துரை ❖ முதல் பதிப்பு: டிசம்பர் 1961 ❖ காலச்சுவடு முதல் பதிப்பு: நவம்பர் 2014, நான்காம் பதிப்பு: மே 2023 ❖ வெளியீடு: காலச்சுவடுபப்ளிகேஷன்ஸ்(பி)லிட்., 669, கே.பி. சாலை, நாகர்கோவில் 629001

tee ❖ Novel ❖ Author: S. Ponnuthurai ❖ © S. Ponnuthurai ❖ Language: Tamil ❖ First Edition: November 1961 ❖ Kalachuvadu First Edition: December 2014, Fourth Edition: May 2023 ❖ Size: Demy 1 x 8 ❖ Paper: 18.6 kg maplitho ❖ Pages: 136

Published by Kalachuvadu Publications Pvt. Ltd., 669, K.P. Road, Nagercoil 629001, India ❖ Phone: 91-4652-278525 ❖ e-mail: publications @kalachuvadu.com ❖ Printed at Adyar Students xerox Pvt. Ltd., No. 275 Habibullah Road, Triplicane high Road, Opp Triplicane Post Office, Triplicane, Chennai 600005

ISBN: 978-93-84641-11-5

05/2023/S.No.645, kcp 4420, 18.6 (4) r1

பன்னிரண்டு ஆண்டதன்முன் இலக்கிய மென்னும்
பாதைதனில் எனைச்செலுத்திப் பரிவுகாட்டி
உன்னியவென் இலட்சியத்திற் குழைத்து இன்று
ஒதுங்கியெங்கோ குடவிளக்காய் மறைந்து வாழும்
என்னண்பன் **இராஜகோபாலனோடு**
ஏற்றநல ஆசிரியன் **கார்த்திகேசன்**
என்னுமிரு வருக்குமிந்த இனிய நூலை
இங்கு சமர்ப் பணமதுவே செய்துள்ளேனே.

முன்னுரை

கலாதி

“தீக்குள் விரலை வைத்தால் தீண்டும் இன்பம் தோன்றும்” என்றுரைக்கப்பட்ட பொதுப்புத்தியில் உழல்வதே சராசரித் தமிழ்மனம். ஒரு தளத்தில் மட்டிட்டு நோக்குகையில் இது மகாவாக்கியம் ஒன்றே. தீண்டும் இன்பத்தை இவ்வாறு அழகுறப் பிரசித்தப்படுத்தியவனும் இலேசுப்பட்டவனல்லன்.

தீண்டும் இன்பத்தைப் பற்றியதொரு விசாரமாக ‘தீ’ வெளியாகியபோது, கலையும் இலக்கியமும் தீண்டாமை, தீட்டு என்பன பற்றியதாக இருத்தலே சாலச் சிறந்ததும் காலப் பொருத்தமும் என்ற ஆக்ஞைகளுடனும், ஆய்க்கினைகளுடனும் ஈழத்து இலக்கியப் பரப்பு ‘கலாதி’யாக இயங்கிக் கொண்டிருந்தது (கலாதி என்னும் ஈழத்துப் பேச்சுவழக்குக்கு ‘சண்டை’ என்றும் ‘திறமான சாமான்’ என்றும் பொருள் கொள்ளலாம்). ‘தீ’யைக் கண்டு வெருண்டடித்தவர்களில் இவர்களே பெரும் பான்மையினர். பழம் பண்டித மரபைத் தமது வெள்ளை வேட்டி சால்வையின் தலைப்பில் முடிந்து வைத்திருந்தவர்கள் மறுதிறத்தார். பெரிய கலாதி நடந்தது என்பது வரலாறு.

முற்போக்கு முகாமுக்கு வெளியே இயங்கியவர் களில் எஸ். பொவைத் தவிர்ந்த மற்றொரு முக்கியமானவரான மு. தளையசிங்கம் ‘தீ’யை வெகுவாக வரவேற்றார் என்பதும் வரலாறு. *எழுத்து* சஞ்சிகையில் மு. தளையசிங்கம், தருமு சிவராமு, எஸ். பொ. ஆகியோரால் ‘தீ’ தொட்டு ஆற்றப்பட்ட எதிர்வினைகளில் குறிப்பிடத்தகுந்த சிறு நறுக்குகள்,

1996ஆம் வருடத்தில் மறுபதிப்பு கண்ட தீயில் அனுபந்தங்களாக இணைக்கப்பட்டுள்ளன.

தீ முதற்பதிப்பாகப் பிரசுரமாகி ஐம்பத்தைந்து ஆண்டுகள் கழிந்து விட்டன. ஈழத்து இலக்கியப் பரப்பும், ஒட்டுமொத்தத் தமிழ் இலக்கியப்பரப்பும், இந்திய இலக்கியப்பரப்பும் வெகுவாக மாறிவிட்டன. புதிய போக்குகளினூடாக புதிய பரிமாணங்கள் தோன்றியிருக்கின்றன.

அன்றிருந்த வாசகனும் இன்றில்லை. 'தீ'யைத் தொடுவதற்கான சந்தர்ப்பங்களை வழங்குவதில் இன்றுள்ள வாசகனுக்கு ஒப்பீட்டளவில் ஓரளவேனும் நெகிழ்வுப்போக்கு காட்டப்படுவதுண்டு. உலக மயமாக்கலின் உடனடி சாத்தியப்பாடுகளில் இந்நெகிழ்வு முக்கியமானதொன்று. தவிர அண்மையில் ஈழத்தில் நிகழ்த்தப்பட்ட இனசங்காரத்தின் நீடித்த வடுக்களாயமைகின்ற நீட்சி ஒட்டுமொத்த ஈழத்தின் வாழ்வனுபவத்தையும் படைப்புந்தல் மனோநிலையையும் படைப்பை நுகரும் வழிமுறைகளையும் கற்பனை செய்யச் சிரமமான அளவுக்குத் தலைகீழாகப் புரட்டிப் போட்டிருக்கின்றது.

இவ்வனுபவங்களில் முக்கியமானது ஈழத்தின் ஒரு பெருந்தொகுதி மக்கள்திரள்மீது நடாத்தப்பட்ட பலாத்காரமான தீத்தொடல்.

"மனித இனத்தின் பின்னமற்ற அடிப்படை உணர்ச்சி பாலுணர்ச்சியே. இவ்வுணர்ச்சியில் வித்தூன்றிக் கருவாகி, ஜனித்து, வளர்ந்து, அந்த நுகர்ச்சியில் எழும் குரோதம் – பாசம் ஆகிய மன நெகிழ்ச்சிகளுக்கு மசிந்து, சிருஷ்டித்தொழிலில் ஈடுபட்டே வாழ்கிறான் மனிதன்" என்று 'தீ'யின் முதற்பதிப்பின் முன்னீட்டில் குறித்துச் செல்லும் எஸ்.பொ.வின் வார்த்தைகளை இவ்விடத்தில் ஒருதரம் மீட்டிப் பார்த்தால் ஈழத்தின் படைப்பனுபவமும், வாசக அனுபவமும் அண்மைய கொடுங்கனவேயன்ன அனுபவங்களால் எவ்வாறானதொரு தீவிர மாற்றத்துக்கு உள்ளாகியிருக்கின்றதென்பது தெளிவாகும்.

இந்நிலையில் தீ மீண்டும் காலச்சுவடு பதிப்பகத்தினால் 'கிளாசிக்' வரிசையில் மறுபதிப்பு செய்யப்படுகிறது. அதற்கான வலுவான காரணங்கள் உண்டா?

தமிழ்நாட்டின் வாழ்வனுபவங்களிலிருந்தும் குறிப்பிடத்தகுந்த அளவில் வேறுபடுகின்ற, ஈழத்தின் தீவிர வாழ்வனுபவங்களைப் படைப்பாக்கி ஒட்டுமொத்தத் தமிழிலக்கியப் பரப்பினுள் பாய்ச்சும் வேலைக்கான தொடர் செயற்றிட்டத்தின் ஒரு

வசதியான கண்ணியாக 'தீ'யின் மறுபதிப்பு அமைகிறது என்பது சிறுபின்னமளவுக்கு உண்மையேயாயினும், அது மிக மொண்ணையானது; வலுவற்றது. பல ஆண்டுகளுக்கு முன்னரே ஈழத்துக்கான தமிழ்நாட்டு வாசக வாசல் திறக்கப்பட்டுவிட்டது. 'தீ' தமிழ்நாட்டிலேயே தனது முதற்பதிப்பையும் மறுபதிப்பையும் கண்டது. எஸ். பொவுக்கு தமிழ்நாட்டில் ஒரு தளமும் உண்டு. அவரது 'சடங்கு' நாவலின் ஒரு பதிப்பு ராணிமுத்து வெளியீடாக சில இலட்சம் பிரதிகள் விற்பனையாகிற்று.

'தீ'யின் இந்தக் 'கிளாசிக்' வரிசையிலான பதிப்புக்கான காரணங்கள் வேறு.

தீக்குள் விரலை வைத்தால் இன்பம் தோன்றுமா? என்பதே, 'தீ'யின் அடிப்படையான உசாவல்.

பல தடவைகளாக...

வெவ்வேறான இடங்களில்...

வித்தியாசமான பருவங்களில்...

தீக்குள் விரலை வைக்கும் எத்தனங்களும், அவற்றுள் சிலவற்றில் ஏற்படும் தோல்வியும், சிலவற்றில் வெற்றி கொள்வதாக ஏற்படும் வீண் மயக்கமும், பின்னர் அவற்றின் பாலான விளைவுகள் தரும் வெம்மையிலும் பொசுங்கிப்போய்த் தறி கெட்டோடும் ஒரு மனிதனது கதையின் சில அத்தியாயங்களையே 'தீ' தொட்டுச் செல்கிறது.

"தூரத்துப் பார்வைக்கு ஒளியாய், வெளிச்சமாய், அருகி வர அருகி வர வெப்பமாய், வெப்பம் அதிகரித்துச் சூடாகப் பரவும் நியதி" என முந்தைய பதிப்பின் முன்னுரையில் இதை அழகாக விட்டல்ராவ் விபரிக்கின்றார். வாசகன் இவ்வாசகங்களுடன் 'தீயாக எரிக்கும் நியதி' எனவும் சேர்த்து வாசித்துக் கொள்கிறான்.

தீண்டும் அனுபவம் மிக இளங்குருத்துப் பருவத்திலேயே ('தீ' நாயகனான 'அவனை') மிகவும் சுடுகின்றது. கமலாவுடனான அவனது தீண்டல் 'கல்யாண விளையாட்டு'. அதன் விளைவாக நண்பர்களிடத்தும், வீட்டிலும் ஏற்படும் கலாதி. வீட்டின் இதமான சூழலிலிருந்து மகாஅக்கிரமியான அப்பா, அவனைப் போர்டிங்கிற்குப் பிரட்டம் செய்து விடுகிறார்.

போர்டிங், யோசேப் சுவாமியாரின் ஆளுகைக்கு உட்பட்ட பிரதேசம். சுவாமியாரின் 'போதனை" அவனுக்கு அவனுள்ளேயே பெருங் கலாதியை ஏற்படுத்திவிடுகின்றது.

அந்தக் கலாதியின் வெம்மையைக் குளிர்விக்கும் எத்தனத்தில் எழுந்த தேடுகை வளையத்துக்குள் வந்து அகப்பட்டுக் கொள்பவள் அவனது 'கலாதியான முதற்குருத்தினி' பாக்கியம்.

பாக்கியத்திடம் கற்ற தீண்டும் வித்தையை, சமூகம் ஒப்பும் சட்ட வரம்புகளுக்குள் தொடர்ந்து பயில அவன் ஒவ்வொரு கட்டத்திலும் தேடிக் கண்டடையும் பெண்களே சாந்தியும், லில்லியும், புனிதாவும்.

சுவாமியாரிடம் பெற்ற வலியை வாழ்நாள் முழுவதும் சுமந்து, இறுதியில் மலர்ந்தும் மலராத பாதிமலரான திலகாவிடம் இறக்கி வைத்து, விசித்திரமானதொரு பழிவாங்கலில் அவன் இறங்க முற்படுகையில், சரசு வந்து தடுத்து விடுகிறாள். சரசுவிடம் அவன் பெறுவது, இந்திய மனம் வாழ்வனுபவ இறுதியில் பெற்றுக் கொள்ளும் விரக்தி. அதன் பக்கவிளைவான தத்துவ விசாரத்தின் தவிர்க்கமுடியாத நீட்சியான 'ஞானம்'.

மின்மினியின் ஒளிப்பொட்டுப் போன்ற கமலா, கொள்ளிக் கட்டையேயான யோசேப் சுவாமியார், குளிருக்குக் கணப்புச் சுகம் தரும் பாக்கியம், அகல்விளக்கின் சோபை கலந்த சாந்தி, மெழுகுவர்த்தியின் சாந்த ஒளி வீசிய லில்லி, அடுப்படியில் அணையாது எரிந்த தீயாகி இறுதியில் பிடிசாம்பரான புனிதம், கடற்கரையில் மின்னற்கொடியாகப் படர்ந்து மறைந்த திலகா, சுடுகாட்டில் பிணம் உண்ணும் தீ போன்று அச்சமும் அருவருப்பும் ஏற்படுத்திய சரசு... இவர்களுடன் தீண்டற் சுகத்தை அனுபவித்த, அல்லது அனுபவிக்க உன்னிய அவன்...

கதையாக நோக்கும்போது கவர்ச்சி எதுவுமற்றதொரு பிண்டமே 'தீ'. பாலுணர்வை மையப்படுத்தி நகரும் ஒரு நாவலாகத் 'தீ' இருப்பினும், இலிங்க உறுப்புகளை அருட்ட உன்னும் மலினமான நோக்கமும் அதற்கான முயற்சிகளும் அறவே கிடையாது. நாவலின் பாத்திரங்கள்; வளர்த்தெடுக்கப்பட்டவையாக இல்லை. அவை ஏற்கெனவே வார்க்கப்பட்டிருக்கின்றன. அவற்றுக்கான தனித்துவப் பண்புகளோ, அப்பாத்திரங்களுக்கான வேறு உபகதைகளோ 'தீ'யில் இல்லை. அவன் தனித்து அடையாளம் காணப்பட முடியாத ஒரு ஆண், அவர்களும் அவ்வாறேயான பெண்கள், அவ்வளவே. நாயகனுக்கு வேறு வேலைகள் எதுவுமே இல்லையோ என்ற ஐயம் எழும் வண்ணம் அவனது தீண்டல் தேவையையும் அதற்கான அவனது எத்தனங்களையும் அவற்றின் விளைவுகளையும் மட்டுமே சுட்டிக்காட்டி மிக விரைவாக நகர்ந்து சென்று முடிவடைகிறது இந்த நாவல். நாவல் முடிவடையும்போது அவனும், அவன் தீண்டிய பெண்களும் நாவலின் பக்கங்களிலிருந்து பறந்து சென்று

மாயமாய் மறைந்துவிட, அங்கே வாசகன் மட்டும் 'தனது' தீண்டல் அனுபவங்களை மீட்டி, அலை மோதும் மனதுடன் 'ச்சே' எனச் சலித்துத் துவள்கிறான். அவ்விடத்தில் 'தீ'யை அடியொற்றிய வேறு ஒரு நாவல் வேறு பாத்திரங்களுடனும், கதைக்களனுடனும் மீண்டும் உயிர்க்கிறது. இவ்வம்சமே தீயின் மிகப் பெரிய வெற்றி.

இதைக் குறிப்பாக முன்னுணர்ந்து 'தீ'யின் முதற் பதிப்புக்கான தனது முன்னீட்டில் "இதன்கண் வரும் பாத்திரங்கள் அத்தனையும் கற்பனையே. இவர்களில் யாராவது நம் மத்தியில் வாழுகின்றனர் என்ற மயக்கம் யாருக்காவது ஏற்படின், அதற்கு நான் பொறுப்பாளியாக மாட்டேன்.. இங்கே சித்திரிக்கப்பட்டுள்ள கட்டங்கள் பலவோ, சிலவோ அல்லது ஒன்றோ, இங்கு விஸ்தரிக்கப்பட்டுள்ள வகையிலோ, அல்லது சற்று வேறுபட்ட விதத்திலேயோ அநேகருடைய வாழக்கையிலும் நிகழ்ந்திருக்கலாம் என்பதை நான் ஒப்புக் கொள்கிறேன்" எனச் சமாத்காரமாகக் கூறியிருக்கிறார் எஸ்.பொ.

'தீ' வெளியாகிய ஐம்பத்தைந்து ஆண்டுகளுக்கு முன்னர் இக்கூற்று வலுவுடையதாக விளங்கியிருக்கலாம். ஆனால் 'வரலாற்றில் வாழ்தல்' எனும் எஸ். பொ. வின் சுயவரலாறு வெளியாகிய பின்னர், அதனையும் 'தீ'யையும் ஒப்பு நோக்கும் ஒருவனால் யோசேப் சுவாமியார், பாக்கியம், சாந்தி, லில்லி, லில்லியின் தாத்தா, புனிதம், சரசு ஆகிய அனைவரையும் மிகச் சுலபமாக அடையாளம் கண்டு கொள்ள முடியும். இவ்வடையாளம் காணல் ஒரு கலாதியான அனுபவம். திலகாவை அடையாளம் காண்பது மிகக் கடினம். அதற்கான சுவடுகள் எதுவும் வரலாற்றில் வாழவில்லை. அடையாளம் காண முற்படின் அதுவும் ஒரு கலாதியை உருவாக்கலாம். ஆயினும் எஸ். பொ கலாதிக்கு அஞ்சுபவர் அல்லர். கலாதியேயானது அவரது வாழ்க்கை. சத்தியத்தை ஒப்புக்கொடுக்கும் 'கெட்ட பழக்கம்' அவரிடமும் உண்டு. இல்லாவிடில் அவரால் ஒரு எழுத்தாளனாகத் தொடங்கவோ, அதைத் தொடரவோ முடியாது போயிருக்கும்.

மேலைத்தேய மொழிகளில் எழுந்த பல நாவல்களும் திரைப்படங்களும் பாலுணர்வை மிக அற்புதமாகக் கையாண்டு உன்னதங்களைத் தொட்டிருக்கின்றன. சுட்டிக்காட்டிப் பட்டியலிட முடியாத அளவுக்கு அவை எண்ணிக்கையிலும் தரத்திலும் மேம்பட்டவை. அதிகம் ஏன், சிங்களத் திரையுலகின் இளம் இயக்குனர்கள் பாலுணர்வுச் சிக்கல்களை மையப்படுத்தி அற்புதமான திரைப்படங்களைத் தந்து கொண்டிருக்கிறார்கள். இந்திய மொழிகளில் எனது சிற்றறிவுக்கு எட்டியவரையில் கன்னட

இலக்கியம் பாலுணர்வு தொட்டு பல அரிய பொக்கிசங்களை தன்னகத்தே கொண்டுள்ளது. 'நவ்ய' கன்னட இலக்கியப் போக்கை ஆற்றியவர்களும், குறிப்பாக யு.ஆர். அனந்தமூர்த்தியும் பல அபூர்வ புனைவுகளைத் தந்திருக்கிறார்கள்.

ஆனால் தமிழில் பாலுணர்வு பற்றி எழுந்த புனைகதைகள் ஒப்பீட்டளவில் குறைவானவை. வீரியம் குன்றியவை. தமிழ்த் திரைப்படங்களைப் பற்றிச் சொல்லவே நாக்கூசுகிறது. பாலுணர்வையும் மையமாகக் கொண்டு இலக்கியம் படைத்தவர்களாக சிதம்பர ரகுநாதன், லா.ச. ரா, தி. ஜானகிராமன், கரிச்சான் குஞ்சு, அ.மாதவன், நீல. பத்மநாபன், சாரு நிவேதிதா, எஸ்.பொ, மு.தளையசிங்கம், உமா வரதராஜன், தமிழ்நதி, உமா மகேஸ்வரி, சல்மா போன்றதொரு சிறுவரிசை ஒன்றையே நாம் கொண்டுள்ளோம். ஏனைய படைப்பாளிகள் போகிறபோக்கில் பாலுணர்வை அல்லது அதன் நுகர்ச்சி அனுபவத்தைத் தொட்டுச் செல்வார்களேயொழிய முழு அளவிலான விஸ்தீரணமானதாகவோ, பாலுணர்வின் மீது கட்டமைக்கப்பட்ட விசாரமாகவோ தமது படைப்புகளைத் தர முயலவில்லை.

இவர்களிலும் எஸ்.பொவும், கரிச்சான் குஞ்சுவும் ஏனையவர்களிடமிருந்து குறிப்பிடத்தகுந்த அளவில் வேறுபடுபவர்கள். 'பசித்த மானிடம்' என்னும் தனது அற்புத சிருஷ்டியில் மனிதனது வயிற்றிலும், அடிவயிற்றிலும் எழும் என்றும் அடங்காத இரு பசிகளையும், அவற்றைத் தீர்க்கும் அவனது முனைப்புகளையும், அதன் விளைவாக அவனது ஆன்மா கொள்ளும் வறுமையையும், அவ்வறுமையிலிருந்து அவன் பெறும் ஆன்ம ஈடேற்றத்தையும் அற்புதமாக விபரித்தார் கரிச்சான் குஞ்சு.

எஸ்.பொ தனது 'தீ'யில் வயிற்றுப் பசியை மிக சாதுரியமாகத் தவிர்த்து, அடிவயிற்றின் பசியை மட்டுமே முன்னிறுத்தி, தன்னைத்தானே சவுக்கால் விளாசி, மனம் ஏங்கிச் சலித்துச் சாம்பும் ஒருவனைக் காண்பிக்கின்றார். "தீயின் கங்குகள் நீறுவிடும் உள்ளத்துடன் (நீறில் மறைந்திருக்கும் நெருப்புப் பொறி தீயை ஜனிக்காதா?) மாட்டுத் தொழுவ விஸ்தீரணமுள்ள வீட்டை நோக்கி நடக்கின்றேன்." என முடிய எத்தனிக்கும் 'தீ'. அவ்வரிகளுக்குள்ளேயே மடிந்து முடிந்துவிடாமல் மீண்டும் ஒரு சுவாலைக்காக ஏங்கித் தொடர்கின்றது . . .

இப் பகைப்புலத்தில் நின்று நோக்குகையில் 'தீ'யின் மறுபிரசுரமும் 'கிளாசிக்' என அதனை மகிமைப்படுத்தலும் முக்கியமானவை, காலப் பொருத்தமானவை என்பதே எனது துணிபு.

'தீ'க்கும் எனக்கும் ஏறத்தாழ ஒரே வயது. இந்த முன்னுரைக் காக வாசித்ததுடன் சேர்த்து நான்கு தடவைகள் 'தீ'யை மீண்டும் மீண்டும் வாசித்திருக்கிறேன். ஒவ்வொரு தடவையும் தீயின் சுவாலைப் பளபளப்பும், வெம்மையும் குன்றாதிருப்பதையே உணர்கிறேன்.

"அடிவயிற்றின் அகம் – புறத்துச் சங்கதி; அன்னையிட்ட தீயும்கூட – அதுவே". இதைச் சொன்னது நானல்ல. முந்தைய பதிப்பின் முன்னுரையின் முதல் வாக்கியமாக விட்டல்ராவ் சொல்லியிருக்கிறார்.

அன்னையிட்ட தீயல்லவா? ஆகவே, அது அப்படித்தா னிருக்கும்!

என்றும் நித்தியமாய்!

ஒரு கலாதியாய்....! தீ....!

இந்தப் பதிப்புக்கான முன்னுரையை எழுத எனக்கு வாய்ப்பு தந்த காலச்சுவடு பதிப்பகத்துக்கும், ஒரு புன்சிரிப்புடன் அதற்குப் பெருந்தன்மையுடன் ஒப்புதலளித்த அன்பர் எஸ். பொவுக்கும் எனது மனமார்ந்த நன்றிகள்.

எஸ். ரஞ்சகுமார்

சிட்னி, அவுஸ்திரேலியா
நவம்பர் 2014

கரு

பல காலம் என் மனதில் கருக்கொண்ட எண்ணத்தின் அறுவடை. கையெழுத்துப் பிரதியைத் திரும்ப வாசிக்கும்பொழுது, துணிச்சலான முயற்சி என்றே தோன்றுகின்றது.

மேனாட்டார் Sexயை மையமாக வைத்துப் பல நவீனங்களை சிருஷ்டித்திருக்கின்றனர். மனித இனத்தின் பின்னமற்ற அடிப்படை உணர்ச்சி பாலுணர்ச்சியே. இவ்வுணர்ச்சியில் வித்தூன்றிக் கருவாகி, ஜனித்து, வளர்ந்து, அந்த நுகர்ச்சியில் எழும் குரோதம் – பாசம் ஆகிய மன நெகிழ்ச்சிகளுக்கு மசிந்து, சிருஷ்டித் தொழிலில் ஈடுபட்டே வாழ்கிறான் மனிதன். 'அவன் தனது பலவீன நிலைகளில் செய்வனவற்றையும், அனுபவிப்பனவற்றையும்; சொல்லவும், ஒப்புக்கொள்ளவும் ஏன் கூச்சப்பட வேண்டும்?' இவ்வெண்ணத்திலெழுந்த திராணி யுடன் மேனாட்டார் சிருஷ்டி இலக்கியத்தை வளர்க் கின்றனர். இலக்கியம் வாழ்க்கையின் எதிரொலியும் பிரதிபலிப்புமானால்; வாழ்க்கையின் அடித்தளமும், பெரும்பகுதியுமான Sex விவகாரத்தை திரையிட்டு, 'மரபு' என்ற வரட்டுக் கூச்சலினால் வேலி கட்டி, ஏன் நமது இலக்கிய வளர்ச்சியின் வித்தைக் கருப்பையில் வைத்தே கருச்சிதைவு செய்யும் பணியில் ஈடுபட வேண்டும்? ... இலக்கிய வளர்ச்சியில் ஏற்பட்டுள்ள தேக்கத்திற்கு நமது கோழைத்தனந்தான் பிரதான காரணமென்பதை நாம் மனதிற்குள்ளாவது ஒப்புக்கொண்டே ஆகவேண்டும்.

இந்த நவீனம் சிறியது; ஆனால் பாத்திரங்களோ அதிகம். ஆகவே, பாத்திரங்களை முழு வடிவில் வடித்தெடுக்க இயலவில்லை. மிக இன்றியமையாத

ஆதார செய்திகள் மட்டும், எலும்புக்கூட்டு உருவத்தில் தரப்படு கின்றன. மேலும் பாத்திரங்களின் இயல்பான பேச்சு மொழியைப் பல வசதிகள் கருதிச் சில இடங்களில் தவிர்த்துள்ளேன்; வேறு சில இடங்களில் உபயோகித்துமிருக்கிறேன். இது Consistancyக்கு மாறுபடினும் இந்த உத்தி கதைக்கு வலுக்கூட்டுகின்றது என்பது என் துணிவு. இக்கதையின் 'நான்' என்ற கதாநாயகன் விசித்திர மானவன். அவனுடைய வாழ்க்கையில் நிகழ்ந்த முழுச் சம்பவங்களும் நவீனத்தின் சுருக்கம் கருதியே தரப்படவில்லை. அவனுடைய வாழ்க்கையின் பல்வேறு காலகட்டங்களில், நம் நாட்டுச் சூழலில், எவ்வாறு பாலுணர்ச்சி எழுச்சிகளில் உந்தப்பட்டு, அவன் வாழுகிறான் என்ற மூலக்கருவுக்கு அழுத்தம் கொடுக்க வேண்டுமென்ற எண்ணத்தினாலேதான், ஏனைய பாத்திரங்களின் குணநலங்களை அறிய உதவும் செய்திகளை ஒறுப்பாக்கியிறுக்கிறேன். இதன்கண் வரும் பாத்திரங்கள் அத்தனையும் கற்பனையே. இவர்களில் யாராவது நம் மத்தியில் வாழுகின்றனர் என்ற மனமயக்கம் யாருக்காவது ஏற்படின், அதற்கு நான் பொறுப்பாளியாகமட்டேன். இங்கே சித்தரிக்கப்பட்டுள்ள கட்டங்கள் பலவோ, சிலவோ, அல்லது ஒன்றோ, இங்கு, விஸ்தரிக்கப்பட்டுள்ள வகையிலேயோ சற்று வேறுபட்ட விதத்திலேயோ அநேகருடைய வாழ்க்கையில் நிகழ்ந்திருக்கலாம் என்பதை நான் ஒப்புக்கொள்ளுகிறேன்.

இந்த நவீனத்திற்கு எதிராக இரு இலக்கியக் கோஷ்டியினரும் குதித்தெழுவார்கள் என்பது எனக்குத் தெரியும். 'பண்பு அழிகிறது' என்று கூச்சலிடுபவர்களும், மூர்க்கமாக எதிர்ப்பவர்களும், தங்கள் பலவீனங்களை மறைக்கப் பகிரங்கமாக எடுத்துக்கொள்ளும் முயற்சியினை நிர்வாணமாகக் காட்டுவார்கள். எதிர்ப்பினைத் தாங்கும் திராணி இலக்கியகர்த்தாவின் இலட்சணம். இலக்கிய வளர்ச்சியின் ஒவ்வொரு காலகட்டத்திலும், யாராவது இறங்கத்தான் வேண்டுமென்ற பூரண அறிவு அவதானத்துடன்தான் இம்முயற்சியில் ஈடுபட்டேன்.

இதனை எழுத உட்கார்ந்த பொழுது, எனக்கே உரித்தான சோம்பலினால், இந்நவீனத்தையும் உப்புப் போட்டு வைக்காத வண்ணம், எழுதி முடிப்பதற்கு சகல உற்சாகங்களும் தந்து, என்னை ஊக்குவித்த நண்பர்கள் செ. கணேசலிங்கன், ஏ.ஜே. கனகரத்தினா, இ. நாகராஜன் ஆகியோருக்குப் பெரிதும் கடமைப்பட்டுள்ளேன். இதனைப் பிரசுரிக்கும் சரஸ்வதி காரியாலயத்தாருக்கும் எனது நன்றி.

மட்டக்களப்பு — **எஸ்.பொன்னுத்துரை**
1.12.1961

(முதற்பதிப்பின் முன்னுரை)

1. சுழி

காலம் காலமாகக் கவிஞனுக்கும் கன்னியருக்கும் தொடர்பு ஏற்படுத்தும் மலர்கள். அரும்பாகி, சற்று உப்பி, மொக்காகி, விம்மிப் போதாகி, வெடித்து மலராகி... அப்புறம்? இதழ் இதழாக உதிர்ந்து, கருகிச் சொரிந்து... வெறுந்தண்டு! காலத்தின் இரும்புக் கரங்களின் பிடிக்குச் சிக்காது, மெல்லியரின் கரங்களில் தவழ்ந்து, நாருடன் சேர்ந்து மாலையானால்... நாரை மையப் பொருளாக வைத்து இதனை மறைத்து மலர்களைத் தொடுத்து மாலையாக்கி – மாலையாகிவிட்டால், மலர்கள் நித்திய வாழ்வு எய்தி... சே! எப்படியும் புதையுண்ட சடலத்தின் தசைப் பிரதேசத்தை மண் அரித்து மென்று தின்றபின்னர், எஞ்சி வெளிவரும் எலும்புக் கூட்டினைப் போன்று கண்களில் அருவருப்புக் கொண்டு கோரமாக ஒட்டிக்கொள்ள... மீதம்? வெறும் நார்! நாரேதான்!

மீதமாக இருக்கும் நார் நான்.
நான் நாரென்றால்?
மலர்கள்?

மலர்கள் இங்கே பூத்துக் குலுங்கிப் பொலிவு காட்டுகின்றன. மனதைச் சிறையெடுக்கும் வண்ண வண்ண மலர்கள். மலர் காந்தத் துளிகளா? மனம் இரும்புத் துணுக்கா? விஞ்ஞானிகளின் ஆராய்ச்சிக்கு 'டோக்கா' கொடுத்துவிட்ட உண்மை, என் கற்பனையில் மட்டுமே குதிரும் உண்மை, என்னை வளைத்து... வெறிகொண்டு குதித்தோடும் குதிரையைக் கடிவாளத்திற்குள் பக்குவப்படுத்துகிறேன். மலர்ந்து செடி கொடிகளிலும் உதிர்ந்து பூமாதேவியின் அம்மண மடியிலும் கிடக்கும் மலர்களில் குதிரை மேய்கிறது. நிலத்தில்

பற்றையாகச் சடைத்திருக்கும் செடியில் மலர்ந்து குங்கும இதழ் விரித்துச் சிரிக்கும் மலர்கள் – அந்த மலர்களின் குறுநகைகளில் வெட்கத்தின் சாயலைத் துல்லியமாகக் கவனிக்க முடிகிறது – ஆனால் அதன் பெயரோ வெட்கங்கெட்ட ரோஜா! நிறையாக நின்று கமுக மரங்களின் வாமனாவதாரங்களாகத் தோன்றும் செடிகள், தலையில் மலர்களைத் தூக்கிக்கொண்டு செம்பு நடனம் பயிலுகின்றன. மங்கள மஞ்சள் நிறம் சில; சுண்ணாம்பில் ஊறிய அரைத்த மஞ்சள் நிறம் பல. செவ்வந்தி மலர்களின் திருநடனக் கோலம்! காப்பிச் செடியைப் போன்று கெம்பீரமாகக் கிளைவிட்டிருக்கும் பந்தரில், பழுப்பேறிய புண்ணிலிருந்து வழிந்தோடும் சீழின் நிறத்தில் விண்மீன்களின் வடிவந்தாங்கி அசைந்தாடும் மலர்கள். அவை, நாம் கற்பிக்கும் வாசனையை நமது மூக்கின் துவாரங்களில் நுட்பமாகத் துளைக்கின்றன. மணங்களை வைத்து ஜாலவித்தை புரியும் மனோரஞ்சிதம் . . . இன்னொரு பந்தரில் வள்ளல் பாரியை நினைவுப் படுத்தும் முல்லை; இன்னொன்றில் மல்லிகை. . . சிவப்பு – குங்குமம் – மஞ்சள் – வெள்ளை . . . வெள்ளையென்றால் எல்லாம் வெள்ளையா? பால் நிறம்; நிலவு நிறம்; தந்த நிறம்; பச்சையரிசிக் கழுநீர் நிறம் . . . எல்லாவற்றின் தண்டும் இலைகளும் பச்சை! பச்சை நிறமான தண்டும் இலைகளும்; அவற்றில் பூக்கும் மலர்கள் வண்ணத்திற்கு ஒன்று, வகைக்கு ஒன்று.

இந்த நந்தவனத்தில் மலர்ந்திருக்கும் பூக்கள்.
என் மனதில் பூக்கும் மலர்கள்—?
அவை வெகுவாக ரமித்து . . .
கற்பனையில் பூக்கும் மலர்களா?

அல்லது, நான் வாழ்நாளெல்லாம் பூக்காரி
யாகக் கொய்து சேகரித்து, 'நான்' என்ற
நாருடன் இணைத்து, மாலையாக்க நினைத்து . . .
அற்ப ஆயுசாகக் கருகிப் போய்விட்ட
மலர்களின் சாயல்கள் என் மனத்திரையில்
நிழலாட்டம் போடுகின்றனவா?
அது என்னமோ ஏதோ?

இங்கே . . . ?

ரோஜா – செவ்வந்தி – மனோரஞ்சிதம் – முல்லை.

என் மனதில் குமிழ்ந்து, ஊதி, உப்பி, பிரிந்து மலர்வது தென்னம் பூ!

பூங்காவில் பெயருக்கு ஒரு தென்னை கிடையாது. அக்கம்பக்கம் என் புலன் மோதுகிறது.

சற்றுத் தூரத்தில் ஆலமரம். அதன் கிளைகளிலிருந்து பலாப்பால் மர உருவம் பெற்றதைப் போன்று, நீளமாகத் தொங்கிக்கொண்டிருக்கும் விழுதுகள். விழுதுகளா? தந்திகளா? இவற்றை மீட்டி இசை பொழிய முடியுமா? காண்டீபனின் அம்புறாத்தூணியில் வழ்ந்த அம்புகளின் வேகத்தில் துளைத்து வரும் காற்று மேற்கு வானில் ஒளிஜாலம் செய்து, தன் அந்திமக் காலத்தைப் போக்குவதைச் சட்டை செய்யாது, அதன் நிழலில் அமர்ந்து ஒரு மாடு அசைபோடுகிறது.

நான்?

நாரா?

....கவலையுடன் அசைபோடும் மனித மாடு.

மாடு அசை போடுகிறது. நான் பழைய சம்பவங்களை அசை போடுகிறேன். மாட்டினால் உண்டு விழுங்கியதை அசை போட முடியும். மனிதனால் பழைய சம்பவங்களைத்தான் அசை போட முடியும்.

'நாலு மணிக்குச் சத்தியமா நந்தவனத்தில் சந்திப்பேன்' என்று சரசு சொன்னாளே! வருவாளா? அவளுக்கு எத்தனை என்கேஜ்மெண்டுகளோ? எத்தனை ஜோலிகளோ? இருந்தாலும் .. . எந்த வேலையையும், எந்த இடத்திலும், எந்த நேரத்திலும் செய்து முடிப்பதைத்தானே அவள் நுண்கலையாகக் கொன்டிருக்கிறாள்?

அதற்கிடையில் திலகா வந்தால்?

சீ! மனம் மறுகிச் சவுங்குகின்றது ... அவள் வரமாட்டாள்.

பொடிப் பொடியாக, தீக்குச்சி உரசச் சீறுவதைப் போல், குதியாட்டமிடும் நினைவுத் துணுக்குகள் ...

மறுபடியும் புலன்கள், மாலை வெயிலில் குளித்துக் குமராகக் குதூகலிக்கும் நந்தவனத்தில் உள்ளனவற்றில் பதிகின்றன.

ரோஜா – செவ்வந்தி – மனோரஞ்சிதம் – முல்லை – இவற்றிற்கு அப்பால் ஆலமரம். அதன் நிழலில் அமர்ந்து அசை போடும் மாடு.

இவற்றிற்கு அப்பால்?

வேலி. அதில் கதியால்களாக நாட்டப்பட்டிருக்கும் பூவரசம் மரங்கள் புஷ்பிக்கும் காலம். நெய்யுண்டு வளரும் சுடரின் வர்ணத்தில் அழகு காட்டுகின்றன.

பூஜைக்கும் – எதற்கும் உபயோகமில்லாத பூவரசம் பூக்கள்.

அசைபோடும் மனித மாட்டிற்கு ஒரு தீனி
யுருண்டை கிடைத்து விடுகிறது . . .

2. குறி

வீடா? அது போர்க்களம். இல்லை; உச்சி மயிரின் நுனியிலிருந்து, மணற் குறுணியை மிதிக்கும் பாதம்வரை, துருவாசராகிவிட்ட என் அப்பா வாழும் வாசஸ்தலம். சுக்குமான் தடியோ, கமண்டலமோ கிடையாது . . .

என் முதுகில் மொத்து மொத்தென்று மொத்துகிறார். ஆவேசம் கொண்டுவிட்ட தவில்காரனின் வேகம். என் முதுகு மாட்டுத்தோலா? இருப்பினும் இசை தளும்பா ஓசையை என் முதுகு எழுப்பிக்கொண்டிருக்கிறது. நான் துடியாய்த் துடித்து அலறுகிறேன்.

அப்பா! மற்றவர்களை ஆக்கினைப் படுத்துவதிலேதான் நீ இன்பம் கண்டாயா? இதனாலே, அன்றொரு நாள், நான் வெகு முட்டை பொரித்த குஞ்சாக இருந்தபொழுது, நீ அம்மாவின் முதுகை மொத்தையிலே, 'அகடன், அட்டாதுட்டி, அக்கிரமி' என்று பாட்டி அடுக்குமொழியில் கரித்துத் தள்ளினாளா?

"ஐயோ! நான் செத்துப்போகிறேன். நான் செத்துப்போகிறேன்!"

அவலக் குரல் கேட்டு, அபயம் தரும் நோக்கத் துடன், அம்மா அடுக்களையிலிருந்து விரைகிறாள்.

"என்ன? ஏன் இப்பிடி அவன்ரை உயிரைக் கொஞ்சம் கொஞ்சமாகப் பிய்க்க வேண்டும்? ஒரே

அடியில் அவனைக் கொன்றுவிட்டு, திதி திவசம் முடித்துச் சிவனே என்று இருக்கப்படாது?"

"வா, வா, அப்புக்காத்தம்மா! உன் குறுக்கு விசாரணைதான் பாக்கி. இவனால், நான்தான் இந்த ஊரைவிட்டே கிளம்பவேண்டும்; இல்லாவிட்டால் ஒன்பது கம்பி எண்ணவேண்டும். போயும் போயும் இந்தத் தறுதலை எனெக்கென்று மகனாகப் பிறந்திருக்கே. இதுவும் அந்தக் கதிர்காமத்தானின் சோதனை" – பிலாக்கணம் வைத்து அப்பா தன் தொண்டைக்குழியை அசைக்கிறார்.

"அப்படி என்ன குடிமுழுகிப்போன இழவு நடந்தது?"

"நீ கேட்கிறாய், நான் பதில் சொல்ல வேணும். சரிதான், போடீ உள்ளுக்கு."

"இங்கே கொலை நடந்தாலும், கண்களை மூடிக்கொண்டுதான் கிடக்கவேணும். உங்களைத் தட்டிக்கேட்க உங்க அம்மாவுமில்லை. பாக்கியவதி கண்களை மூடிவிட்டாள் . . . நீங்கள்தான் 'மகனே, மகனே,' என்று 'செண்டம்' குடுத்தியள். இப்ப நீங்களே அடித்துக்கொல்லுங்கள். நல்லாச் செய்யுங்கோ. யார் கேட்கப் பார்க்க இருக்கிறா?"

"இவள் பெரிய இவ. உங்க வம்ஸவிழுதுதான் அவன் உடலிலும் வேர் பிடித்திருக்கு. உன் சித்தப்பன் மகன் – உன் அண்ணன் – இன்று ஜெயிலில் இருக்கிறது போலத்தான், இவனும் அங்கே போய்க் குந்துவான்."

மொத்... மொத் ... மொத் ...

'ஐயோ ... ஐயோ ... ஐயோ ...'

> அப்பா! பாட்டி உனக்குத் தந்த சர்டிபிக்கேட் அசலானது. கடுகளவும் பிசகில்லை. நீ அக்கிரமி– மகா அக்கிரமி!

அம்மாவின் கண்களில் நீர் துளிர்த்தது, புதிய ஊற்றுக் கண் திறந்த வேகத்தில் – கண்களில் ஊற்றுக்கண். பரிவுத் திவலையா? கோபப் பொறியா? மூக்கை உறிஞ்சுகிறாள். உதடுகள் சல்லாரி தட்டுகின்றன.

"கேட்டியாடி, உன் மகன் பண்ணின கெட்டித்தனத்தை. அந்த முருகேசனின் மகனைக் கல்லால் அடிச்சிருக்கிறான். இரத்தம் பெருக்கெடுத்து ஓடுது. பையன் துவண்டு போனான். ஆஸ்பத்திரிக்குக் கொண்டு ஓடுறாங்க... பெற்றவள் துடிக்கிற துடி. பசுவென்று பேர் எடுத்த எனக்கென்று இந்தச் சனியன் பிள்ளையா அவதாரம் எடுத்திருக்கிறானே ... நான் இந்த அயலண்டையில்

இந்த படுவாப்பயலால் குடியிருக்கிறதா, இல்லையா?" நறநறக்கும் பற்களுக்கிடையில் கீழுதடு சப்பப்பட்டு பிதுங்குகின்றது. கண்கள் கிளிச்சொண்டின் நிறம்பெற்ற கொவ்வைப் பழங்கள்.

மொத்... மொத்... மொத்...

அப்பா, நீயா பசு? கன்றுக்கு வைத்திருந்த பாலை நான் கறக்கிறேன் என்றா இடறித் துவைக்கிறாய்?

என் முதுகு உப்பிப் பெருகின்றது.

அப்பாவின் கை சோர்வுடன் சோங்குகின்றது.

'கோபம் பாவமாகக் கூடாது. யோசெப் சாமியார் இடிச்சு இடிச்சுச் சொன்னார். பையனை போர்டிங்கில சேர்த்தால்தான் வழிக்கு வருவானென்று. இப்பதான் உண்மையை உணருகிறேன். இவன் மக்கோனாவுக்குப் போய்க் குந்தித் தொலைப்பதிலும் பார்க்க, போர்டிங்குல சேர்ந்து படிச்சுத் தொலைக்கட்டும். கண்டிப்பாகச் சொல்லிவிட்டேன்: நாளைக்கே இவனை போர்டிங்கில சேர்த்து விடுகிறேன். வீட்டுச் சாப்பாட்டின் மதமதப்பில் தம்பிக்கு கொழுப்பு முறுகுது. வாட்டி எடுத்தால் சரி.'

நான் மூலையில் விசும்புகிறேன்.

அம்மா மூக்கை உறிஞ்சித் துடைக்கிறாள்.

அப்பா, நீ அக்கிரமி மட்டுமல்ல, அழுங்குப் பிடியனும்கூட என்பது உன்விதத்தில் விகர்சித்து முளைத்த எனக்குத் தெரியாதா?

என் முதுகைப் பிளந்து பிறந்த இடி அரவம் அடங்குகின்றது...

கண்களின் ஊற்றுக்கண் அடங்குகின்றது...

சுடலையின் நடுநிசி நிசப்தம் ஆக்கிரமித்துக்கொள்ளுகின்றது.

அஜீரண எண்ணங்கள் நெஞ்சைக் கிளறுகின்றன.

❍ ❍ ❍

மதியம் படுவான் திரும்புகிறது. இவ்வளவு நேரமும் தன் சுமையைத் தாங்கி நட்டெனு நிற்கும் மரத்திற்குப் போர்வையிட்ட நிழல், எழுவான் திக்கில் நீள்கின்றது. சுள்ளிடும் வெயிலைத் தடுக்கக் குடைவிரித்திருக்கும் பூவரச மர இலைகள். அந்த நிழலில் எல்லோரும் இருந்து விளையாடுகிறோம்.

பூமணி – கமலா – ஜோதி – ஜீவா – கணேஷ் – துரை – நான், எல்லோரும்தான். எல்லோரும் என் மட்டங்கள்.

பூவரசம் பூக்களைக் கொய்கிறோம். சந்தனக் கிண்ணமான பூக்கிண்ணங்கள். அவற்றை எடுத்து, அடிப்பாகக் கூம்பை ஒட்டினாற்போலிருக்கும் துணுக்குகளைத் தவிர்த்து, இதழ் இதழாகப் பிய்க்கிறோம். சாயம் தீட்டப்பெற்ற நகங்களைப்போல, ஆனாலும் அழகான கோல அமைப்பில் எழில்காட்டும் கூம்புகள். அவை மனிதத் தலைகளாக எங்கள் கற்பனையில் பூதாகரமாகின்றன.

"டேய்! இதில மாப்பிள்ளை – பொம்புள்ளை செஞ்சு விள்யாடுவம்" – என்று கமலா கத்துகிறாள். இரகசியம் பேசும் குரல் அவளுக்குக் கிடையாது.

இரண்டு தலைக்கூம்புகளைப் பக்கவாட்டாக, ஒடிக்காத பூக்கிண்ணங்களின் காம்பில் ஈர்க்கினால் பொருத்த –

ஆண்– பெண் பொம்மைகள் தோன்றுகின்றன.

'கண்ணாலம்' செய்து கண்குளிரப் பார்க்கவேண்டியதுதானே?

'பீப்பீ! டும் டும்!!'

> இழவெடுத்த இழவு வீட்டிலேகூட ராகலயம் சிதையாத ஒப்பாரி வைத்துச் சுவைக்கும் தமிழன், திருமணத்தில் பாக்கி வைப்பானா?

முரல்மீன் தலையாட்டம் உதடுகளை நீட்டி, அதில் மேவியும் மேவாமலும் கற்பனை ஓட்டைகளில் விரல்களைப் படமெடுக்கவிட்டு, ஒருவன் பிழிந்து சொரியும் நாதஸ்வர இசை... பீப்பீ... பீப்பீ...

தொடைகளிரண்டு உடலுடன் பூட்டாக இணையும் இடத்தில், கைகளைச் சங்காகக் குவித்து, தலைக்கு ஓணான் ஆட்டம் கொடுத்து, தவில் அபிநயம் நடைபெறுகிறது... ஒலிமட்டும் வாயில் பிறக்கிறது... டும் டும்... டும் டும்!

நான் பூவரசம் இலையொன்றினை நடுப்பாதியாக நரம்பு நீக்கிப் பெயர்த்தெடுத்து, குழலாகச் சுருட்டி வேணுகானம் பொழிகிறேன். என் இசையில், தன்னை இழந்து, தன்னை தன்னிலிருந்து பிரித்து இசையுடன் ஒன்றிவிட்ட கமலா, முகத்தை இரண்டாக்கி வாயைப் பிளந்து வைத்திருக்கிறாள். என் வித்துவத்தன்மையில், கண்ணியில் பட்ட புறாவாகி ரஸிகையின் காங்கை பரவிய பரவசத்தில், வயிறெக்கி மூச்சிழுத்து ஊதுகிறேன்... குழல் வழியே – பூவரசம் இலையை உறையாகக் கொண்ட துளை வழியே – எச்சில் சிதறிப் பறக்கிறது.

'தூ! சனியன்' – அடித்தொண்டையில் கிடந்த எச்சிலைக் காறி, நுனி நாக்கிற்குக் கொண்டுவந்து, என் கால்களில் 'பிளிச்'சென்று துப்பிவிட்டுக் கமலா ஓடுகிறாள். நான் துரத்துகிறேன். அவள் ஓடுகிறாள். –

எலி பத்திரமாக வளைக்குள் நுழைந்துவிடுகிறது.
ஏமாற்றம், எஞ்சிய பலன்.
என் மனம் நீரில் உப்பும் நெட்டியாகக் கொழுக்கிறது.
'கல்யாண வீடு,' குழப்பத்தில் முடிகிறது.

நேரம், ஆற அமர பூவரசம் நிழலில் அசைபோட்டு, உதயதிக்கில் நீள்கின்றது.

கண்ணாமூச்சி விளையாட்டில் ஈடுபடுகிறேன். விரல்களை விரித்துப் பரவிச் செய்யப்பட்ட பிரம்புத்திரைக்குள் கண்களைக் குருடாக்கி ...

'கண்ணாரே, கடையாரே, காக்கணமாம் பூச்சியாரே, ஈயாரே, எறும்பாரே, எனக்கொரு முட்டை, உனக்கொரு முட்டை கொண்டு வா!'

காக் ... கா ... க்கா ...

விழித்துப் பார்க்கிறேன். இரண்டு சந்தணக் கிண்ணப் பூக்கிண்ணங்களுக்கிடையில் ஒரு அண்டங்காகம் முளைத்துக் கரைகிறது ...

கீழே? எதிரே?

வெகுண்டு, நெருப்புத் தணலில் விழுந்த உப்புக்கற்றை களைப்போல வெடித்து, ஓடிய கமலா, தென்னோலைக் குருத்துடன் நிற்கிறாள்.

சந்திரனை விழுங்கிய கேதுவைப்போல, முகத்தை அப்படியே அடைத்திருக்கும் அகலிய நயனங்களில், பரிவு நீரோடை சுரந்து நிற்கிறது. அதன் குளுகுளுப்பில் என் உள்ளம் கிளுகிளுக்கிறது.

"என்னோடை கோபமா?"

'... ம் ...'

"பேசமாட்டியா! ஒன்றைத் தொடு" – ஏனைய விரல்களை மடக்கி, கையில் கெவர்விடும் ஆள்காட்டி விரலையும் சின்னி விரலையும் மட்டும் மாட்டுக்கொம்பாக்கி, நீட்டுகிறாள். விரல்கள், உணர்ச்சி வேகத்தில், இலேசாக ஆட்டம் காட்டுகின்றன.

அணையை உடைக்கப் பெருநோக்கம் கொண்ட வெள்ளம் போன்று ஏதோ ஒன்று கண்களில் மண்டிக்கிடக்கிறது.

காக் கா . . . க்கா . . .

'பாவம், கமலா. நீ அல்லவா என்மீது சினம் கொள்ள வேண்டும்? வேடிக்கைதானே? தாங்கமுடியாது?'

இப்பொழுது இருக்கும் அனுபவங்கள் அன்றிருந்தால், உன்னை இழுத்து அணைத்து . . .

என் விரலை எடுத்து, உன் ஆள்காட்டி விரலைச் சுற்றும் வண்டாக்கி, உன் முகத்தை ஆவலுடன் பார்க்கின்றேன். உடலின் உயிர்த்துடிப்புகளெல்லாம் ஒரேயொரு ரேகையாகச் சுருங்கி, நீண்ட பெருமூச்சாக, மூக்குத் துவாரத்தின் வழியே நிலத்தில் இறங்குகிறது.

'கமலா என்னை மன்னித்துவிடு.'

அந்தச் சின்ன விரலைத் தொடுகிறேன்.

அவளுடைய கரங்கள், இழுத்து, மறுபடியும் நிலைக்கு விடப்பட்ட கம்பிச் சுருளாகத் துள்ளிக் குதித்து ஆர்ப்பரிகின்றன. ஒரு கணப்பொழுதின் பின்னத்தில் சந்தேகம் கழுகிறகாட . . .

"மெய்யாக நேசந்தானே?"

"நேசம், நேசம். சத்தியமாய் நேசம், நேசம், நேசம்."

கீழே பூவரசம் பூக்களிரண்டு, ஆண் பெண் கோலத்தில் கிடக்கின்றன. பூவரசம் பூவில் அழகில்லை; மணமில்லை. அளகத்தில் சூட உதவுவதில்லை. பயனற்றது. சிறுவயதுக் கோபங்கள் ஆழமற்றவை. கொடூரமற்றவை, விஷயமற்றவை.

"வாங்கடா, எல்லாரும் . . . விட்ட இடத்திலிருந்து கல்யாணத்தை நடத்துவம்."

கூட்டம் மறுபடியும் நிழலில் சேருகிறது.

"இதென்ன கலியாணம்? கலியாணத்திற்கு நல்ல நகையெல்லாம் போட்டுத்தானே போகவேணும்?"

கமலா கையிலுள்ள தென்னோலையில் தன் கைகளில் இரண்டு காப்புகள் செய்துபோட்டு . . . பூமணி – ஜோதி எல்லாருமே! சட்டென்று விதவிதமான பூணாரங்கள். நான் அக் குருத்தோலையில் ஒரு தாலிக்கொடி செய்கிறேன்.

(இந்த ஆபரண ஆசை யாரைத்தான் விட்டது? பிஞ்சு உள்ளங்களைப் பிளந்து இந்த ஆசை புரையோடிக் கிடக்கிறதே!)

கல்யாண வைபவம் மீண்டும் ஆரம்பமாகிறது.

“இந்த வாட்டி பொம்மைக் கல்யாணம் வேண்டாம்“ – கமலா.

“சரி. நீதான் பொம்புளை இருக்கிறியே?”– நான்.

“நான் பெம்புள்ளை; அப்படியானால் மாப்பிள்ளை?”

“ஏன் ராஜாவாட்டம் துரை இருக்கிறானே?” – கணேஷின் சிபார்சு.

கமலா துருதுருத்த விழிகளால் துரையைப் பார்க்கிறாள்; என்னைப் பார்க்கிறாள். இருவரையும் மாறிமாறிப் பார்க்கிறாள். ஆண்மை விதை, உரம் உண்ட நிலத்தில் கிசுகிசுவென வளருகிறது;

“நான்தான் மாப்பிள்ளை!” – மிடுக்குடன் நான்.

என் விழிகளின் விளிம்பில் சந்தித்த அவள் கண்கள், நயனமொழியில் அங்கீகாரம் தருகின்றன.

“போடா, நீ யாருடா? கமலாவுக்கு மாப்பிள்ளையாம்! நான்தான் அவ மாமன் மகன்” – துரை உறவுமுறை நிலைநாட்டுகிறான்.

“ஓ! என் மச்சான் ஒரு சழிமூஞ்சி” – கமலா என் பக்கம்.

டும், டும்! பிப்பீ!

நான் தென்னோலைத் தாலியைக் கையிலெடுக்கிறேன்.,

“அவளைத் தொடாதே.”

“அவள் உன் பெண்டாட்டியா? நான் தொடுவேன்.”

பளார்!

துரையின் கை என் முகத்தில் மின்னி முழங்கி ஓய்ந்தது.

வலி – ரோஷம்!

பூக்கிண்ணங்களுக்கு மத்தியில் முளைத்து நின்ற அண்டம்காகம் பறந்து சென்றது.

சற்றுத்தூரம் ஓடி, ஒரு கூரான கல்லைக் கையிலெடுத்து, குறிதவறாது அதைத் துரையின் தலையில் எறிந்து, அதைப் பிளந்துவிட்டேன்.

அவன் தலையில் ரத்தம் பீறிட்டுக் குதித்துத் தெறிக்கிறது.

காரண விட்டத்திற்குள் சிக்காத வெற்றிப் பெருமிதம்.

என் வீட்டிற்கு ஓட்டமெடுக்கிறேன்.

சற்றுநேரத்தில், துரையின் தந்தை உருத்திர மூர்த்தியாக, என் தந்தை நரசிங்க அவதாரமெடுக்க, என் முதுகில் – ,

மொத்... மொத்... மொத்...

❍ ❍ ❍

"நான் ஏண்டா, உயிரோட இருக்கணும்? நீயும் கோவம்; கமலாவும் கோவம். எல்லாரும் கோவம்... நான் கோள்மூட்டியாம். அதனாலை விள்ளாட்டிலையெல்லாம் என்னைச் சேத்துக்கிறதில்லை. நீ சொல்லு. என்மீது கோவமா?"

துரையைப் பார்க்கப் பரிதாபமாக இருக்கிறது. பழுப்புக் காகிதமாகிவிட்ட முகம். குருதி ஓட்டமே இல்லை. சவ வெளுப்பு.

நான் தலையில் விட்டெறிந்த கல் சமைத்த சிறு துவாரத்தின்வழி முழு இரத்தமும் வழிந்தோடிவிட்டதா?

'ஐயோ, பாவம்.!'

"நான் என்னடா, துரை செய்வன்? குற்றம் என்மேல தானே? அப்பிடி இருக்க நான் ஏன் கோவிக்கணும்?"

பாவம் ஓரிடம், பழி ஓரிடமா? இதில் அர்த்தம் இருக்கிறதா, இல்லையா?

"அதுக்கில்லையடா, நன் கல்லுத் தடுக்கித்தான் விழுந்து, மண்டை உடைஞ்சது என்றுதான் சொல்லியிருக்கணுமாம். நான் சிநேகிதனைக் காட்டிக் குடுத்தவனாம். அவங்கள் சொல்லுறதுதானே உண்மை?"

'உண்மை – மகா உண்மை!'

கருப்பையின் பெருமௌனம் மூச்சுவிடுகிறது.

"என்னை மன்னிச்சுடடா. நான்தானே இந்த போர்டிங் எண்ட ஜெயிலுக்குள்ள உன்னை அனுப்பியவன். இல்லாட்டால்?"– அவன் நாக்கு தொண்டைக்குள் இறுகித் தவிக்கிறான். விக்கல்.

போர்டிங் ஒரு சிறைச்சாலை. மனித சுதந்திரத்தைப் பறிக்க நாற்சுவர்கள் கொண்டு எழுப்பப்பட்ட சிறைச்சாலைகள். அப்படியானால் சிறைச்சாலைகள் கொண்ட உலகம்? ஒரு பெரிய சிறைச்சாலை! பெரிய துன்பத்தில், சிறிய துன்பம் இதம் தருகிறதே. அப்படியானால் போர்டிங் என்கிற சின்னஞ்சிறு சிறைச்சாலை?

"போடா, போ. நீ எனக்கு நன்மைதான் செய்திருக்கிறாய். நான் இப்ப கனக்கக் கனக்கப் படிக்கிறன். எல்லாப் பரீட்சையும்

பெஸ்டாப் பாஸ் பண்ணுவன். பெரிய உத்தியோகக்காரனாக வரப்போறன். எல்லாம் இருந்து பாரன் . . .” என்று அடுக்கிக்கொண்டே போகிறேன். கேட்டுக்கொண்டிருப்பவன் முகத்தில் உற்சாக ரேகையைக் கணோம். கதை அளப்பதை இடையில் வெட்டி முறித்து, இரத்தத்தை வேறு வழியில் திருப்பி, “துரை . . . நீ கெட்டிக்காரன். லீவுக்கு லீவு வீட்டுக்கு வரத்தான் போறன். ‘வி்ள்ளா’டத்தான் போகிறேன்.”

அவனுக்கு அவநம்பிக்கையான நம்பிக்கை பிறக்கிறது. இல்லை, நம்பிக்கையான அவநம்பிக்கையா?

திரும்பிச் செல்லும் துரையைப் பார்த்தபடியே குந்தியிருக்கிறேன். மனதில் கவிழ்ந்துள்ள இருளை மிஞ்சும் இருள் பூமி நங்கையின் நிர்வாண உடலைப் போர்க்கிறது. நேரம் ஓடியதா? பறந்ததா?

‘மனிதன் சாவில் மறக்கிறான்; தூக்கத்தில் மறக்கிறான்; சிந்தனையில் மறக்கிறான்?”

வானத்தில் பொட்டுப் பொட்டாக வெள்ளிகள் முளைக்கின்றன. கோபத்தில் ஜுவலிக்கும் கண்களைப் போல.

> அப்பா உன் கண்கள், என்னை போர்டிங்கிற்கு அனுப்பக் கருதியபொழுது, இப்படித்தான் அக்கினிப் பிழம்பாக . . . நல்லவேளை. அம்மா, நீ வர்ணனின் அவதாரம்.

அந்தமும் நுனியுமில்லா எண்ணத் துகள்களில் மரித்து, மறு அவதாரம் விழிப்பு ஏற்படும்பொழுது –

ஸ்டடீஸ் நேரமாகிவிட்டது தெரிகிறது. என் இருப்பிடத்தில் நான் இல்லாதது கண்டு, புலால் வேட்கை கொண்டலையும் வேங்கையாக யோசெப் சுவாமியார் திரிவார் என்பது எனக்கு நன்றாகத் தெரியும்.

“ஏன் ஸ்டடீஸுக்கு லேட்?”

“வந்து . . . வந்து . . .” விழி பிதுங்குகிறது. ஆனால் நாக்கு அண்ணத்தில் சிக்காராக ஒட்டப்பட்டு அசைய மறுக்கிறது.

“போ, என் அறைக்கு . . .”

அது அறையா? ஆக்கினிக் களம்.

“முழங்காலில் இரு”

முழங்காலில் இருக்கிறேன்.

"குனி"

குனிகிறேன்.

"நன்றாகக் குனி"

நன்றாகக் குனிகிறேன்.

அவருடைய கையில் சுழன்ற பிரம்பு வானத்தை ஒருமுறை தொட்டு, அவர் முஷ்டி அதற்குக் கொடுத்த விசையுடன் என் ஆசனத்தில் படுகிறது.

பதறித் துடித்து நிமிர்ந்து தத்தளிக்கையில், குறி தவறாது இலக்கை நோக்கிப் பயணம் செய்த பிரம்பின் அமுக்கங்கள் என் தொடைகளில் விழுகின்றது ...

அவர் கைக்கு ஓய்வு ...

நான் விசும்புகிறேன்.

தொடைகளைத் தடவிப் பார்த்தால், இரண்டு கொவ்வைப் பழங்கள் தொடையை வெட்டிப் பிளந்து மேடிட்டுக் கிளம்பியிருக்கின்றன.

மேலும் விசும்பல்... என் கண்களில் ஒரு வண்டி உப்பு நீராக வழிந்து, விழிப் பிரதேசங்கள் உப்பிப் பெருகிக் கிடக்கின்றன.

இரவுச் சாப்பாடு வேப்பம்பழச் சாறாகிறது. மனம் ஒவ்வாத சாப்பாடு, துன்பத்தையும் வலியையும் மனம் மறக்க மறுக்கிறது. நெஞ்சை அழுத்திக்கொண்டிருந்த பாரம் அப்படியே வயிற்றுக்குள் இறங்கியதால் பசி எடுக்கவில்லையோ?

என் உண்ணாவிரத மகாத்மியம் யோசெப் சுவாமியாரின் பருந்துப் பார்வைக்குச் சிக்காமலில்லை. குஞ்சுகளைக் காக்க விரையும் பேட்டின் சிறகாகத் தோள்களை விரித்து, அதற்குள் தலையையும் கழுத்தையும் மடக்கி மறையப் பார்க்கிறேன்.

(ஒருவகையில் தீக்கோழிச் சாகஸம் ...)

திரும்புகையில், யோசெப் சுவாமியார் என்னை அழைக்கும் குரல் கேட்கிறது. கழுத்து இயந்திரச் சூட்சுமத்தில் திரும்புகிறது.

கண்களைக் கண்கள் கவ்வுகின்றன.

அவருடைய கண்களில் ஒளிருவது என்ன?

பாசமா? பசியா? வாஞ்சையா? வெறியா? வாஞ்சை வெறியா? இல்லை. பசிப்பாசமா? அல்ல, வெறி வாஞ் சையா?

என் கண்கள் கால் பெருவிரலில் மேய்கின்றன.

"என் அறைக்கு வா."

வழுக்கி விழுந்த வெண்கலக் கலத்தின் ஓசை. எவ்வித உணர்ச்சி முடிச்சுகளும் அற்ற பாவம்.

கட்டளையும் – கீழ்ப்படிவும்.

"காற்சட்டையைக் கழற்று ..."

'ஐயோ!'

நிறைவேற்றுகிறேன்.

பிரம்புக் காயங்களைத் தடவுகிறார். வெள்ளை வெளேரென்ற தோலில் வெற்றிலைக்காவி நிறத்தில் புட்டு நிற்கும் காயங்கள். அதற்கு ஏதோ தைலத்தைத் தடவிக்கொண்டே, "ஸன்! பொய் சொல்லாதே... புளியமரத்தடிக்குத்தானே போனாய்? அங்கே நீ யாருடனோ பேசிக்கொண்டிருந்தாயல்லவா? என்ன செய்தாய்?"

என்ன செய்தேன்? இந்தச் சுவாமியார் அகராதியில் ஒருவனுடன் பேசுவதுகூடத் தப்பா? சீ, என்ன உலகம்? இந்த உலகின் சிறுமைப் புத்திகளெல்லாம் இந்த லோப்புக்குள் புகுந்து கொண்டனவா?

'... ... ...'

"சொல்லன் ... நான் என்ன சாப்பிடுவனா? இது சகஜம் தானே?" – தொடையைக் கிள்ளி, கூச்சம் காட்டி, இத உணர்ச்சிகளை ஊட்டிக்கொண்டே ...

அப்புறம்?

இப்பொழுதும், என் நெஞ்சில் சம்மட்டியடி!

தாஸியின் உள்ளத்தில் சதிராடும் கோணல் விவகாரங்களையும் தோற்கடிக்கும் அசுரப் பசியொன்று அவருடைய உள்ளக் குழியிலிருந்து, புற்றிலிருந்து சர்ப்ப மூச்சுடன் வெளிப்படுவதை உணரமுடிகிறது.

ஏதோ கஷ்டகாலத்தில், விரக்தியின் சிசுவாக, ஒரு கணப்பொழுதின் அணுவளவு பின்னத்தில் தோன்றிய கொள்கை வெறியில், பிரமச்சரியம் பூண்டுவிட்டால், உடல் உணர்ச்சிகள் உலர்ந்த விறகுக்கட்டையாகிவிடுகிறது என்று அர்த்தமா? குமைந்தெழும் கோணல் மன விகாரங்கள் திரையைக் கிழித்துக் குஷ்ட முகத்தைக் காட்டுகிறது. நேர்மையற்ற, குறுக்குவழியில்,

நிரம்பி வழியும் வெள்ளத்தை விரயமாக்கும், காம விவகாரம் என்னைத் தீண்டுகிறது.

அவர் அனுபவிக்கப் பிறந்தவர்.

அவர் ... வாக்கைத் தேவ வாக்காகக் கருதி, அவர் சொல்லித் தருவதையெல்லாம் சிரத்தையுடன் படித்து முன்னேற வேண்டுமென்றுதானே, அப்பா என்னை போர்டிங்கிற்கு அனுப்பினார்.

அப்பா, இந்தப் புதுப் பாடம் உனக்குத் தெரியுமா? இது, என் ஆண் தன்மையை அழித்து, பெண்மையைக் குடியேற்றி, ஏதோ குதியாட்டமிடும் எண்ணங்களை விரவச் செய்து...

இதை நான் மட்டுமா அறிந்திருக்கிறேன்? எத்தனை பேர் அறிந்து, (கற்று மறந்த வித்தையாகக் கருதியோ?) சொல்ல வெட்கப்படுகிறார்கள். செய்யும்போழுது தேயாத உடல் சொல்லும்பொழுதா தேய்ந்து விடுகிறது?

திலகா! நீ வெகு சமர்த்து.
எனக்குக் குரு இருந்தார். இன்று சீடனே குருவானான்.
படிப்புச் சக்கரம் இது!
வித்தையின் வித்தை!
இனி உன்னைச் சந்திப்பேனா?

தென்னம் பாளையில் ஊறிய புளித்த கள் தரும் வேகத்தில், சிந்தனைகள் மொய்த்துக் கொட்டுகின்றன...

எஸ். பொன்னுத்துரை

3. வலை

யாமளை மணாளனால் பிடிசாம்பரான பஞ்சபாணனின் வில், கரும்பினால் செய்யப்பட்டதாம். நேரில் பார்த்த பிரகஸ்பதி யார்? ரதியினால் சொல்லமுடியுமா? அவள் இப்பொழுது எந்த ஊரில், எந்தத் தெருவில், எந்த வீட்டில் பிஸினஸ் நடத்துகிறாள்? அசல் ரதி செத்துப் போனாளா? டூப்ளிக்கேட்டுக்குப் பஞ்சமா? (இது கலியுகமல்ல; மண்ணாங்கட்டி யுகமுமல்ல; டூப்ளிக்கேட் யுகம்!) மன்மதனைக் கற்பனை செய்தவனின் கற்பனையை விட்டுத் தள்ளுங்கள். ஏன் பஞ்சபாணனின் வில் தென்னம்பாளையிலானதாக இருக்கக் கூடாதா? எனக்குக் கற்பனை இல்லையா? அந்தக் கற்பனை என்ற சரக்கு எழுத்தாளனின் பூண்பிடித்த பேனாவுக்குள்ளேதான் உறைந்து கிடக்கிறதா?

> பலே, பலே! எழுத்தாளன் மோஸ்தரில் சிந்திக்கிறேனே. அந்த விசித்திரப் பிரகிருதிகள் பட்டியலில் ஒருவன் அதிகரித்தால் யாருக்கு நட்டம்? மசிக்குப் பஞ்சமா? அல்லது பஞ்சத்தில் அடிபடும் மாடு தின்னும் காகிதம் தானே?

அந்த வில்லிலிருந்து தொடுக்கப்படும் கணை – ஊனக் கண்களுக்கும், விஞ்ஞானிகள் பிளாஸ்டிக் பிரேமுக்குள் சிருஷ்டித்துத் தந்துள்ள துணைக்கண்களுக்கும் புலப்படாமல், மனித உள்ளங்களில் ஊமைக் காயத்தைப் பாய்ச்சும் கணை – ஏன் தென்னம் பூக்கம் பாளையின் தந்தநிறத் தண்டினாலானதாக இருக்கக்கூடாதா?

என் மனதில் நெளிந்து சுருளும் விகாரக் கற்பனையா?

ஒரு நாள். சாதாரணமாக எல்லா நாட்களையும் போலத்தான். அசாதரணமாக ஒன்றுமில்லை. வழக்கம்போல இரவின் வயிற்றைக் குத்திப் பிளந்து ஜனித்த பகற்பொழுதுதான். தென்னந்தோட்டத்தில் நிற்கிறேன். பச்சைப்பாளை. வட்டுடன் ஒட்டிக் கிடக்கிறது. வெடித்துத் தோல்க்கூட்டின் வயிற்றைப் பிளந்து பால் சிந்தும் சாகஸம். பூ, பால் நிலவின் நகல். 'கண்ணாமூச்சி' விளையாடும் அதன் அழகில் சொக்கி மருளும் மனம். என் கண்கள் கொள்ளிக் கண்களா?

> அம்மா! நீ இப்பொழுது உயிருடனிருந்தால் உன்னைக் கேட்பேனே? 'கொள்ளிக் கண்ணின் திருஷ்டி பட்டுவிட்டது' என்று என்னைத் துடைச்சுப் போடுவாயே! கொள்ளிக் கண்களைச் சட்டென்று இனம் கண்டுபிடிக்கும் வித்தை உனக்குத் தெரியும். என் கண்கள் கொள்ளிக் கண்களா?

என் 'திருஷ்டி' அந்தப் பாளையில் விழுந்ததா? அது அற்ப ஆயுசாக நிலத்தில் விழுகிறது ... வண்டறுத்து விழுந்த பச்சைப்பாளை. அதை எடுத்து வைத்து விளையாடும் நினைவு சுழிவிடும் உள்ளத்துடன் ...

(எனக்கு விளையாட்டுப் பருவமா?)

எனக்கு அப்பொழுது என்ன வயதிருக்கும்? அது ஏதோ வயது. பாலைவனத்தின் தாவர இயலைப்போன்று, முகத்தில் துளிர்த்திருக்கும் முகரோமம் இன்னும் கருங்கொண்டல் நிறம் பெறாமல் ... நாவிதன் தன் கத்தியின் வண்ணத்தை என் முகத்தோலில் தேய்த்துத் தன் கலைத்துவத்தில் மகத்துவத்தை முத்திரையிடக் காலமிருக்கிறது. வீட்டிலுள்ளவர்கள் இன்னமும் என்னைச் 'சின்னப் பையன்' என்றுதான் நினைக்கின்றனர். என் நெஞ்சில் வாலிபத்தின் குறுகுறுப்பு. மனிதப் பூண்டுகளின் விஸ்தரிப்பு இரகஸியங்களை – ஒரு பிடி புழுதி (வேதாந்த பாணியில்), அல்லது சின்னஞ்சிறு ஜீவ அணு (விஞ்ஞான பாணியில்) , உருண்டு திரண்டு பென்னம் பெரும் குழந்தையாக உருமாற்றும் உற்பத்தி மூலஸ்தனங்களைப் பற்றி – மனித சிருஷ்டியின் அத்திவார வெடிப்புகளைப் பற்றி – விஸ்தரிப்பதுடன், கர்த்தர் முதல்பெண்ணைப் படைத்த அதே நிர்வாணக் கோலத்தில், மனித சிருஷ்டியாம் துணிப்போர்வைகள் எதுவுமின்றி, இளமை வனப்புக் குறையாத வெள்ளைத் தோல்காரிகளின் பூகோள அமைப்புகளைத் தத்ரூபப் புகைப்படமாக்கி அவற்றின் அனுபந்தங்களுடன் வெளியாகி 'வயது வந்தவர்களுக்கு மட்டும்' விற்பனையாகும் ஏடுகளை, எனது பாடப் புத்தகங்களின் இடுக்குகளில் மறைத்து வைத்து,

வாசித்துச் சுவைத்து, வாலிப விம்மல்களின் வலி உணர்ச்சியுடன் இன்புறும் வயது. சதா இன்ப உணர்ச்சியைக் கிளறிவிடும் கனவுகள் குதிருகின்றன; ஏதோ மூளி நினைவுகள் சுரக்கின்றன. இந்தக் கனவுகளுக்கும் நினைவுகளுக்கும் உருவங்கொடுக்க இயலாது, தவியாய்த் தவிக்கிறேன். எழுந்து நின்று கைவிசுக்க முடியும்; மூன்று சக்கர நடைவண்டியை லாகவமாகத் தள்ளி நடக்க இயலும். சுயமாக நடக்கலாமென்ற எழுச்சி, முயற்சிக்கு பயம் முட்டுக்கட்டையிடுகிறது; கால்களில் தயக்கம். நடைபயிலும் பசலையைப்போல, வாலிப எண்ணக்களுடன் தனித்து நிற்க இயலாத வயது. பகலும் இரவும் சங்கமித்துக் கரையும் சந்தி நேரத்தைப்போல, பொம்மைக் கல்யாண நினைவுகளும், நிசக் கல்யாண எண்ணங்களும் ஒன்றினை ஒன்று கட்டித்தழுவி முத்திக்கும் பருவம். அது என்ன வயதோ, என்ன பருவமோ?

ஐந்து வயதிற்குள் மண்ணிற்குள் புதைக்கப்பட்ட மனிதப் பிஞ்சைப் போல, முளைத்த பயனை அனுபவிக்காது, வண்டறுக்க விழுந்த பச்சைப்பாளை ...

தோட்டத்தில் கூலிகள் தேங்காய்கள் பறிக்கிறார்கள். குரங்குகளைப்போல – அல்ல, அணில்களைபோல – மரத்தில் மனிதர் ஏறி இறங்கும் விந்தை. (விந்தையோ, வித்தையோ?) அப்பாவின் சுயசம்பாத்தியப் பெருமைகளிலொன்று இத் தென்னந்தோட்டம். ‘அவர் அகங்காரி, அழுங்குப்பிடியர், அக்கிரமி’ என்பவற்றுடன், அவருடைய விசேட குணங்கள் அடங்கிவிடவில்லை. கூலிகளில் – அன்றாடம் சோற்றுப் பருக்கைகளுக்காக இரத்த வியாபாரத்தில் ஈடுபட்டிருக்கும் பஞ்சைகளில் – அவர் என்றுமே விசுவாசம் கொள்வது கிடையாது. அப்படிக் கொள்வது பெரிய மனுஷ இலட்சணமில்லையாம். அவர்கள்மீது நம்பிக்கை, தன் கணக்கில் துண்டு விழச் செய்யும் என்பது அவர்தம் அங்கவஸ்திரத்தின் தீர்க்கமான நம்பிக்கை.

> அப்பா, உன் இந்தப் பெரிய மனித நினைவுகள் நீடூழி வாழ்க!

விடுமுறைக் காலத்தில், அப்பாவுக்கு மண்டை புழுத்த வேலைகளிருந்தால், நான் அவரைப் பிரதிநித்துவப்படுத்துவது வழக்கம். (வாழ்க்கை ஒரு நீண்ட படிப்பு; அவற்றைத் துணுக்குத் துணுக்காகச் சேகரம் செய்யவேண்டுமென்பது, என் அப்பாவின் வேதாந்தம்.) தோட்டத்துத் தெங்கு மரங்களில் பெயர்த்தெடுக்கும் தேங்காய்களை (வட்டியை)க் கணக்கெடுக்கும் பணி, எனக்கு. விறகாக உதவும் பாளைகள்; குடிசை வாழ் மக்களுக்கு விலைபோகும் ஓலைகள்; தேங்காய்கள் – கும்பம் கும்பமாகக் குவிகின்றன. சூரியன் தான் அக்கினி உருண்டையே

என்ற மெய்ஞான உணர்வை அற்ப மானிடப் பதர்களுக்குப் புகட்டிவிட வேண்டுமென்ற வெறியுடன் கதிர்க் கத்திகளைத் தோலையும் ஊடறுத்துச் சித்திரவதை செய்யும் பொழுது. நாக்கின் நீர்ச்சுரப்பிகள் உயிரிழந்து வரட்சியுற, நாக்கு சருகான இலையாக உலருகிறது.

தாகம்!

இரண்டு இளநீரைப் பறிப்பிக்கிறேன். அதன் உள்கொட்டில் கிடக்கும் நீரை உறிஞ்சியெடுக்க வாய் முகப்பு வைப்பதற்கு என்னிடம் கத்தியில்லை, நான் சாரண இயக்கத்தில் ஈடுபாடு கொண்டவனல்ல. கூலிகள் வேலை மும்மரத்தில். அப்பாவின் கீழ் வேலை; என் சேவகமல்ல. இத் தோப்பில் குடியிருப்பில்லை. அப்பாவின் அலாதியான அகராதியில் ஏழைகள் என்ற சொல்லிற்கு திருடர்கள் என்ற விசேட அர்த்தம் இருக்கிறதாம். தோப்பை அடுத்து ஒரு கமுகந் தோட்டமிருக்கிறது. யானைத் தலைக்கணியம் கொட்டைப் பாக்கு, குடிசையாக நிற்கிறது. உற்று, சகுனி நோட்டமிடுகிறேன். அப்புறாக்கூட்டு வாசலில் ஒரு பெண். அவளும் என்னை நோட்டமிட்டுத் துருவுவதை அனுமானிக்க முடிகிறது . . .

சிந்தனைக் கொக்கு என் உள்ளத்தில் தவம் செய்கிறது. அவளுக்கு என்ன வயதிருக்கும்? கணிக்கிறேன். பரீட்சையின் வினாத்தாள்களில், பிஞ்சு மூளைகளை வறுத்தெடுப்பதற்கென்றே போடப்படும் கணக்குகளை, காட்டுப்பாதையாக நீண்டு நீண்டு பின்னிச்செல்லும் தானங்கள் வடிவுகாட்டி நம்மைத் தவறான பாதையில் இட்டுச் செல்லும் மாயமான்களான கணக்குகளை, மிகவும் சமர்த்துடன் முடிச்சவிழ்த்து, 'மக்கு' என்ற வார்த்தையைத் தவிர வேரு எதையுமே உச்சரித்தறியாத 'மகா' உபத்தியாயர்களிடம்கூட 'சபாஷ்' பெற்றிருக்கிறேன். எந்த இனத்திலும் சேராத புதுக்கணக்கு இது!

ஸ்பிரிங் கம்பிகளாலான அடர்த்தியான சுருள் கேசம்; நெற்றிப் பிரதேசத்திலும், கன்னங்களிலும் குஞ்சமிட்டுத் தவழ்கின்றன. துருவ நட்சத்திரத்தின் வாக்கில், குகையான விழிக்குழியில் ஜொலிக்கும் கண்கள். அவற்றிற்கு வரம்பாக, இராவணன் மீசையை ஒட்டினாற்போல, மூக்கு நெற்றியில் வேர்விடும் இடத்திலேகூட நீக்கமின்றி அடர்த்தியாக இருக்கும் புருவங்கள். வெற்றிலைக்காவியில் தக்காளி நிறம் காட்டும் மேலுதடு. முகத்தின் பேர்பாதியை அடைத்திருக்கும் பெரிய கீழுதடுகள். கீழுதட்டின் பரிமாணத்திற்கு எடுபடாத, சற்று அமுங்கிய மூக்கு. நித்திய யௌவனக் கோலத்தில் சற்றே சோரம். முதுமை இன்னும் உடலில் புரையோடவில்லை. இருப்பினும்

மனித உற்பத்திக் கலை வேளாவேளைக்கு வெற்றியீட்டியிருந்தால், தலைச்சன் ஈரேழு மாரிகளில் குளித்து மகிழ்ந்து, அவளை 'அம்மா' உறவு கொண்டாடாதா?

அவளை அழைக்கும் ஆவலை மனம் பிரசவிக்கிறது. எப்படி அழைப்பது? 'அம்மா' என்று அழைக்கலாமா? சே, அவள் அவ்வளவு கிழவியல்ல. செங்காய். இளமை என்ற புளிப்பு இழைந்து கிடக்கிறது. காலியான சீனி டப்பாவில் ஒட்டிக் கிடக்கும் சீனிக் குறுணியைப் போல, என்றோ பெருங்காயம் வாழ்ந்த டப்பாவிலிருந்து வீசும் நெடியைப் போல, அவளிடம் இளமையுண்டு. இவற்றிற்கு மேல் அவளிடம் ஒரு தனியழகை என் கலைக்கண்கள் அவதானிக்கின்றன. படமெடுத்தாலும் பாம்பின் வனப்பா? பாய்ந்துவரும் வரிப்புலியின் எழிலா? சிற்றாடை கட்டும் சிறுமியைப் போலத் தன்னை அபிநயித்துக் கொள்ளும் நடிப்புச் சேர்க்கும் தளுக்கா? 'அக்கா' என்று அழைக்கலாமா? இதென்ன உறவுமுறையோ?

> அப்பா! உன் ஏகபத்தினி விரதத்தில் அம்மா என்றும் சந்தேகித்தது கிடையாது. நான் – உங்கள் வீரிய வித்தில் விகர்சித்து முளைத்த நான் – களங்கம் கற்பிப்பதா?

அம்மாவா? அக்காவா? அதா? இதா? நாக்குப் புரள்கிறது. ஹார்மோனியப் பெட்டியின் ஒரே பல்லை அமுக்கும்பொழுது ஏற்படும் ஒலி.

"இந்தா!"

சூட்சும இணைப்பை முடுக்கிவிட்ட ஜப்பான் பொம்மையின் இயக்கம் ... அவள் வேலியோரம் வருகிறாள்.

இதழை வெட்டிப் பூக்கும் புன்னகை. கீழுதட்டின் பாரம் தாடையை அமுக்குகிறது. வெட்டித் தெரியும் பற்கள். குதம்பிய வெற்றிலை வர்ணங்கள் நூலோடியிருப்பினும், அழகொன்றும் குறையவில்லை. மேல்வரிசை மையத்தில் ஒரு சதக்குத்தி நுழைந்து தடையின்றி வெளிவரும் நீக்கல்.

"நான் 'இந்தா' அல்ல."

'அப்படியா?'

"என்னைப் பெத்தவங்க பாக்கியமென்டு வடிவாப் பேர் வச்சிருக்காங்க."

பெயரைச் சொல்லி அழைக்க நாக்கு உன்னவில்லை. வயதுக்கு மூத்தவள் என்ற நியாய அறிவு நிலப்புழுவாக என் உள்ளத்தில் ...

'ம் ...'

"என்ன வேண்டும்?"

"கத்தி."

"ஏன்?"

கையிலிருக்கும் இளநீரைக் காட்டுகிறேன். அவளுக்குப் புரிகிறது.

"தா, வெட்டித் தாறன். நீதான் சண்முகம் பிள்ளையின் மோனோ?"

தஞ்சாவூர் பொம்மையாக பதில் இறுக்குகிறேன். இளநீர், வேலியின் அடிப்பாகமிருக்கும் 'பொட்'டிற்குள் நுழைகிறது. அவள் கையை அடைகிறது. விரல்களும் விரல்களும் முட்டி மோதி ... ஆயிரம் ஆயிரம் ஆண்டுகளென்ற மலைப்புத் தந்த காலமாக இறுகி உறங்கிய உணர்ச்சிப் பொறி குதித்துப் பறந்து ... அந்த ஒரு கணத் தழுவலில் ... என் நெஞ்சில் குவியும் நினைவுகளை நாடி பார்த்து அளவெடுக்கிறாளா?

சில நிமிஷங்கள், காலவெள்ளத்தின் சுழிப்பிலே, இறந்த காலமென்ற அடித்தலத்தில் இறங்கி ... எவ்வளவு பொறுமை; எவ்வளவு குறை!

> உன் அங்கங்களை ஒட்டி நிற்கும் ஒரு அங்கமான கருவூர்ப் பிரதேசத்தில் என்னை வைத்து வளர்த்த அம்மாவே! நீ கூட இவ்வலவு இனிமை காட்டியதியதில்லையே. அன்றொருநாள் தோடம்பழத்தைச் சாறு பிழிந்து தரும்படி வேண்டியபொழுது, "துரை மகனார் கை புளியங்காய் பறிக்கப் போச்சா?" என்று கேட்டாயே!

இதமான நினைவுகள் உள்ளத்தில் வேரோடுகின்றன. சுவையாக இருக்கிறது. எலுமிச்சம் பழமும் சர்க்கரையும் கலந்து ... பலசுவைகள் சங்கமிக்கும் தனிச்சுவை. நான் இளநீரைச் சுவைக்கிறேன். நான் சுவைப்பதை அவள் சுவைக்கிறாள். நான் பருகுவது இளநீர். அவள் பருகுவது எதையோ? அவள் கண்கள் எதையோ சொல்கிறதே!

> மொழிச் சண்டைகள் பிடிக்கிறார்களே! ஏன் இந்த நயன மொழியைச் சர்வதேச மொழியாக அங்கீகரிக்கக் கூடாது?

"நான் நிரம்பிய சிரமம் தந்துவிட்டேன்" – மன்னிப்புக் கோரும் தொனியில் பேசுகிறேன்.

"அப்படியொன்றுமில்லை."

போனது, என்றொரு ஜன்மம் இருக்கிறதா? அதில் இவள் என் மனைவியாக வாழ்க்கைப்பட்டு, பூவோடும் மஞ்சளோடும் சிதைக்குச் சென்றவளாக இருப்பாளா? அப்பாடியொரு

ஜனனத்தின் உள்ளுணர்வு ஸ்நானப் பிராப்திகூட மரித்துவிட்டதே ... ஆனாலும் அத்தகைய உறவுமுறை பாராட்டி, மிக நெருக்கமாகக் குழைந்து, கிறுகி ...

(புதுப்படிப்பு !)

தனிமையில் என் பாலுணர்ச்சிகளை ஆகர்ஷிக்கும் பெண்ணுடன் பேசுவது முதற்தடவை. கன்னி தள்ளும் குமரி அனுபவம். என் நெஞ்சத்தில் குமைந்து குவிந்த நினைவுகள் உருவங்கள் பெறுகின்றன. அந்நிய உருவங்கள், இனமான உருவங்கள், – தெரிந்தும் தெரியாததுமாக நாம் கற்பித்துக்கொள்ளும் உருவங்கள்.

ஏதோ நினைக்கிறேன்; என்னென்னவோ நினைக்கிறேன்.

“இந்தா ... இந்த இளநீரை நீ வெட்டிக்குடி ...”

“த்சூ ... எனக்கு வேண்டாம். நாளைக்கு உனக்கு ...”

நான் முறுவலிக்கிறேன். மனக்குகையில் சிலந்திப் பூச்சி இழை தள்ளி வலை பின்னுகிறது.

“ஒன்றும் வேண்டாமா ? ஏதாவது கேளேன்.”

குகையிலிருந்து ஒளிரும் வெள்ளிகளுள், வலது பக்கமாக உள்ளது, கூம்பிக் குமைந்த இமை மேகத்திற்குள் சிறுத்து மறைந்து, மீண்டும் ஒளிருகிறது. வலது கண்ணை மட்டும் இமைகளுக்குள் புகுந்து, மறைந்து, புரண்டு, மீனெனத் (ஆற்று மீனா ? வான்மீனா) துள்ளி ... அது என்ன ஜாலமோ, என்ன சரஸமோ, என்ன பாஷையோ ... இதயக்கிளி, விலா எலும்புகளால் ஆக்கப்பட்ட மார்புக் கூட்டினைப் பிரித்துக்கொண்டு ...

முகத்தின் பேர்பாதியை அடைத்திருக்கும் கீழுதட்டின் அசைவில் மட்டும் தெறித்துப் பறக்கும் வார்த்தை.

“எனக்குப் பாளை வேண்டும்.”

வண்டறுத்து விழுந்த பாளை கையிலிருக்கிறது. பச்சைப் பாளை. விளையாட்டு என்ற சர்ப்பம் சுருள் குலைகிறது. அதை அவளிடம் நீட்டுகிறேன்.

“இதை நெருப்புத் தின்னுமா ?” – தன் பார்வையில் அம்பு தொடுக்கிறாள். உஷ்ணத்தின் காங்கை. குளிர் உள்ளத்திற்கு இதம் தருகிறது.

சிக்கலான முடிச்சு இலேசாக அவிழ்கிறது. கணக்குப் பார்த்தாயிற்று. கூலிகள் போய்விட்டார்கள். வாரிசு உரிமைப் பாத்தியம் ஏன் ? இப்பொழுது நான்தானே தோட்டத்திற்கு உரிமையாளன். பாளைகள் பலவும், தேங்காய்கள் சிலவும், உயரப் பாய்ச்சலில் ஈடுபட்டு, குடிசையாகிய கொட்டைப் பாக்கிற்குள் அடைக்கலமாகின்றன.

அப்பா உன் கணக்கில் துண்டுதான், என் கணக்கில்? நிகர இலாபமா?

முகத்தில் திருப்தி; நெஞ்சில் திருப்தி. சொல்லித் தெரியணுமா?

"நாளைக்கு இளனீ குடிக்க வாறியா?"

வேலியோரமிருக்கும் கொய்யாமரத்தில் சாய்ந்து, இடது கையை முழங்கையில் மடித்து, முஷ்டியைக் கொண்டைக்குத் தலையணையாக்கி, காலவெள்ளத்தில் தோய்ந்து கரையாமல், குண்டுக்கல்லாக விம்மித் தெரியும் பாகத்தினை என் கண்களைக் குருடாக்கச் செய்து, பார்க்கிறாள்.

இளநீர் தென்னை மரத்தில் மட்டும்தான் காய்க்கின்றனவா? இரகசியத்தின் இரகசியம் காம்பு காட்டுகிறது. அது பெண்களிலும் முளைக்குமா?

'சே, விரசம், விரசம்!'

இது விரசமா? அப்படியானால் எது நெறி. எது விரசம்? மனித உற்பத்தி நெறியானால், கடவுள் அங்கீகாரம் பெற்ற பணியானால், அதன் பயிற்சி எப்படி விரசமாகும்?

என் மனம் மனந்தானா, ரேஸில் ஜெயிக்க வெறிகொண்ட குதிரையா? ஜாக்கி குதிரையை அடக்குகிறாள்.

"தோட்டத்துச் சாவி அப்பாவிடம்."

"என் வீட்டுத் திறப்பு என்னிடந்தானே?"

சுவை பிழிந்து சாறாக ஓடுகிறது.

மறுதினம்.

பாக்கியம் குடிசைக்குக் காவடி எடுக்கிறேன். அடுத்தநாளும்; மறுநாளும்; அடுத்தநாளும்; தினமும்... அவளுடைய வீட்டுக்குச் செல்லும் தவிப்பு, என் மனத்தை வளைத்துக்கொள்ளுகிறது. போக்குவரத்து; சந்திப்பு; பேச்சு (உதட்டுப் பேச்சும்; கண்பேச்சும்)— இவையெல்லாம் கிரமமாகின்றன.

இன்னொரு நாள்

அவசரம் அவளைப் பிடித்துத் தின்கிறதாம். பத்து ரூபா தேவை அவளைக் குடைகிறதாம். நயத்துடனும் நயப்புடனும் சொல்லிக் குழைகிறாள். கையில் பணமில்லை. வீட்டில் பணமிருந்தால், என் பையில் பணம் வந்துவிடுமா? என் கையில் பணமில்லை. அவள் கேட்பதைக் கொடுத்துவிட வேண்டுமென்ற சுழல் காற்றில் மனம் துரும்பாக அலைக்கழிகின்றது.

திருடுவதா? பிச்சை எடுப்பதா? மூளை இதழ் கழன்று வேலை செய்கிறது. பையைத் துருவிய பார்வை, அதில் கழுத்து நீட்டித் தொங்கும் பார்க்கர் பேனாவில் நிலைக்கிறது. பணம், பண்டமாற்றுத்தான். இரத்தத்தையும் விற்கலாம்; தோலையும் விற்கலாம்; ஜடத்தையும் விற்கலாம். அப்பாவின் அம்பது ரூபா என் பேனாவாக மாறி; அந்தப் பேனா பத்து ரூபாவாக மாறி என் பணமாகிறது.

'அது தொலைந்துவிட்டது' என்று நான் சிருஷ்டித்த பொய் உண்மையின் திருப்பீடத்தில் அமர்கின்றது. அவள் தேவையைப் பூர்த்தி செய்தேன். அவள் கடன்காரி. என் தேவையைப் பூர்த்தி செய்து கடனை அழிக்கலாம். பேனாவை விற்றாலென்ன, தோலை விற்றாலென்ன? எல்லாம் பண்டமாற்றுத்தான்.

அவள் என் கடன்காரி.

என் கடனை அழிக்க வேண்டும்.

எப்படி அழிக்கலாம்?

என்னைத் திருப்திப்படுத்துவதின் மூலம்.

எதைத் திருப்திப்படுத்துவது?

என் வெறியை!

என் அங்கத்தின் ஒவ்வொரு அணுவிலும், அரூபியாக, அதே சமயம் விஸ்வரூபியாக அந்த வெறி கொழுத்திருக்கிறது, மது வெறியா? இலட்சிய வெறியா?

உஹூம், வெறிதான்.

> வெறியேதான்! மனித சமுதாயம் வெறி பிடித்தது. எப்பொழுதும் எதிலாவது ஒரு வெறி. அங்கத்தின் ஒவ்வொரு துணுக்கிலும் ஊசிமுனைத் தவம் செய்யும் இந்த இலக்கிலே, அந்தச் சந்திலேதான் வாசம் இருக்கிறது என்று சொல்லிவிட முடியுமா? வாழ்க்கை வெறிமயமானது. அந்த வெறியைத் தீர்க்கும் வெறிதான் வாழ்க்கை. இந்த வெறியைச் சேலையும் நாகரிக உடையும் தடுத்துவிட முடியுமா? அல்லது யோசெப் சுவாமியாரின் பிரம்மச்சரியம் தடுத்துவிடுமா? இல்லை. வெறிபிடித்த வாழ்க்கை, அல்லது வாழும் நெறி!

மலைமுகட்டில் மண்டிக்கிடக்கும் குளிர்ச்சியை அறியும் வெறியா? அமாவாசை இருளில் ஜீவிக்கும் குகையின் மையவாசலைத் துளைத்துச்சென்று, மூலக்கிருஹத்தில் நிஷ்டையிடும் சாமியுடன் ஐக்கியமாகும் வெறியா?

அவ்வெறியின் எண்ணற்ற தீ ஜுவாலைக் கரங்களுக்குள் சிக்கி நலிவுற்ற ஒருநாள். நாளுக்கும் வெறி; எனக்கும் வெறி.

கருக்கல் பொழுது. இரவின் பிறப்பிற்கு மருத்துவச்சி வேலை செய்யும் மாலை. (முதல் நாள் அந்தக் கருக்கல் பொழுதிலே வரும்படிதானே பணித்தாள்?) செல்கிறேன்.

அவள் – அவள்தான் பாக்கியம் –.

அப்பொழுதுதான், தோலில் முளைத்திருக்கும் புல்வெளிகள் வேர்விட்டிருக்கும் பிரதேசங்களின் மேற்புறத்தில் துளிர்த்து உறைந்த வியர்வை நாற்றத்தை, அகற்றிக் குளித்து, தோலுடன் தோலாகக் கிடந்த உடுத்தாடையைக் கழற்றி, ஒட்டியும் உலர்ந்தும் கிடக்கும் ஈரத்துடன் பாவாடையை அணிந்திருக்கிறாள். கேசத்தின் சுருள் கம்பிகளில் நித்திலத்துளிகள் தொங்கின்றன.

ஐயோ, ஐயோ! வெறி வெறிகொண்டு வெறிக்கிறது.

"பாக்கியம்..."

"என்ன?"

"சும்மா..."

"ஏதாச்சும் வேணுமா?" – அவள் அடி எடுத்துத் தருகிறாள்.

'கேளேன்டா, கேளேன்'

'கேட்டாத் தருவாளா?'

'அவள் இந்த விஷயத்தில் தர்மதேவதை. அள்ளி அள்ளித் தரக்கூடியவள்.'

'வேலை தெரியாதே.'

'எல்லோருக்கும் பழகித்தான் தெரியும். நீரில் இறங்கித்தான் நீந்தக் கற்க வேண்டும்? இதோ நீர்த்துறை இருக்கிறது. துணிந்து இறங்கு...'

'... ... ...'

'நீ கோழை! ... ஓகோ, நபுஞ்சகமா?'

வெறிக்கு வெற்றி!

"எதைக்கேட்டாலும் தருவியா?"

"என்கிட்ட இருக்கிறதை."

"உன்கிட்ட இருக்கு... எதுவானாலும்... உன்னைத் தருவியா? உன்னில ஆசை."

"த்சூ. கேளன்... உனக்கும் இந்த வேலை தெரியுமா?" – கிட்ட நெருங்கி...

என் தேகத்தில், வியர்வைப் பசலையில் வளரும் புற்கள், குளிர்வாடை அனுபவத்தில் சிலிர்ப்புக்கொண்டன... என்னை அணைத்து, இழுத்து...

குரு இல்லாத வித்தை ஏது? அது அதற்கு அந்தந்தத் தகுதியுள்ள குருக்கள் ... எனக்கு ஒரு தகுதி வாய்ந்த குருத்தினி கிடைத்துவிட்டாள்.

அவள் மகா துணிச்சல்காரி. நானும் துணிகிறேன். சிருஷ்டித் தொழிலைக் கற்பதற்கு, பழைய பனையோலையில் எழுத்தாணியை எப்படி நிறுத்தி எழுதுவது என்ற வித்தையின் ஆரம்பத்தைக் கற்றுத் தந்திருக்கிறாள். நான் பயிற்சி பெறுகிறேன்; பருவம் முந்திப் பழுக்கிறேன் ...

உள்ளத்தின் விளிம்பு வரை வெள்ளம் அலைமோதிக் கொண்டிருந்தது. வெள்ளம் வழிந்தோட மதகு கிடைத்த பின்? வெகு ஒழுங்கு ...

கள்ளும் – காதலும்!

அனுபவிக்க, அதிகம் அதிகம் தேவை. இவை பசியற்ற பசிகள். சந்தர்ப்பந்தான் பசி; அதைத் தீர்ப்பதுதான் பசி ...

(மாடு அசைபோடுகிறது. நான் பழைய நிகழ்ச்சிகளை அசைபோடுகிறேன்.)

இரவு, நான் பாடப்புத்தகத்தை எடுத்து வைத்து வாசிக்கிறேன். எல்லாம் நடிப்பும் பாவனையுந்தான், மேடையில் நடிப்பதிலும் பார்க்க, மனிதன் வாழ்க்கையில் இயல்பாகவே நடிக்கிறான். நான் படிப்பதாக நடிக்கிறேன்;

அப்பா அவசரம் அவசரமாக நுழைகின்றார். சால்வையை வீசியெறியும் பாணியிலிருந்து, அவர் மிகவும் கோபமாய் இருக்கிறார் என்பதை ஊகிக்க முடிகிறது. இரு சுவர்களுக்கிடைப்பட்ட தூரத்தை கவட்டினால் அளப்பவர் போல, நரசிங்காவதாரம் எடுக்கலாமா என்ற யோசனையுடன் நடைபழகுகிறார். மௌனம். கடிகாரத்தின் பெரியமுள், ஒரு தானத்திலிருந்து இன்னொரு தானத்திற்கு நகர்ந்திருக்கலாம்.

வீட்டின் அந்தப்புரப் பிரவேசம். அம்மாவுடன் பேச்சு. வார்த்தைகளை மிக இரகசியமான குரலில் நகர்த்தினாலும், அவை செவிகளில் சமுத்திர கோஷத்தைப் போன்று விழுகின்றன.

“ஏன்டீ, உன் புத்திரப் பாக்கியம் செய்த காரியத்தைக் கேள்விப்பட்டியா?”

“ஒன்றையுமே சொல்லாமல், ஏன் இப்படிக் குதிக்கிறியள்?”

“நம்ம தென்னந் தோட்டத்திற்கு பக்கத்தில் கொம்பேறிமூக்கன் ஒருத்தி குடியிருக்கிறாளே. அவள்தான். புருஷனை ஜெயிலுக்கு அனுப்பிப்போட்டு பிஸினஸ் நடத்துகிற தேவடியாள். பாக்கியம் டீ, பாக்கியம். அந்தத் தோறை வீட்டுக்கு இவன் ஒழுங்காய்ப் போய்வறானாம்.”

அப்பா, தீ! உன் பேச்சு பொறி கக்குகிறது.

"அப்படியா? எங்கட பிள்ளையா? யாரோ வேலையில்லாதவன் கட்டிவிட்ட கதை. அவனுக்கு இதுகள் புரிகிற வயதா?

அம்மா, நீ நீர். குளிமைப் படுத்துகிறாய்;

"அவன் விரல்சூப்பத்தெரியாத குழந்தையல்ல. கழுதை வயசாச்சு. இப்படி மூடி மூடி வச்சுத்தானே குட்டிச்சுவராகப் போயிட்டான். போர்டிங்கில அனுப்பித் திருத்தலாமென்றால், லீவில வந்து மண் அள்ளிப் போடுகிறானே, அவனுடைய காலை முறிச்சு முடமாக்கி மூலையிலே போட்டுவிட்டு, சாகும்வரை சோறு போட இந்தச் சண்முகம் பிள்ளையால் முடியும்."

"ஏன் இப்படிக் கூச்சல் போடுறியல்? அவன் காதில விழப்போகுது. திருத்துகிற வழியிலேதான் திருத்த வேணும். விவரமறியாப் புத்தி. அங்கெல்லாம் போகக் கூடாது என்று சாடைமாடையாகச் சொல்லிப் பார்க்கணும். எடுத்ததும் தண்டம் என்றால்?"

"இவள் பெரிய இவ. சொல்ல வந்துவிட்டாள். உன் பிள்ளைதானே? உன் அண்ணன் புத்திதானே வரும்?"

"ஏன் எங்க குடும்பம் பந்திக்கு வரவேணும்? ஏன் அவன் உங்கட பிள்ளையில்லையா? நான் வம்பில பெற்றேனா?"

முனகல். ஒப்பாரி.

"போதும் டீ, போதும். இது வீடா? காடா? அழுதது போதும். இந்தா. இனிமேல் இவன் அந்தப் பக்கம் தலை காட்டினால் கொலைதான் நடக்கும், கொலை. நீ என்ன சொல்லுவாயோ, எப்படித் திருத்துவாயோ?"

புயலைத் தொடரும் பேரமைதி.

நான் ஆமையாகிறேன்... வெட்கம் கெட்ட ரோஜாவிடம், வெட்கமுள்ள மனிதனுக்கு...

ஒன்றையொன்று எங்கேயாவது கட்டித் தழுவிவிட இச்சைகொண்ட தண்டவாளம் நீண்டு நீண்டு ஓடிக்கொண்டே இருப்பதைப் போன்ற நினைவுகள். அதில் மிக நிதானமாக ஓடிக்கொண்டிருக்கும் வேகத்தில் மனம். புகைவண்டி, மாடா, அசைபோடுவதற்கு?

(மாடு அசைபோடுகிறதே!)

4. வசை

சங்கமிக்காத வாழ்க்கை அபிலாஷைகளைப் போல, பிரிந்து, இருப்பினும் அக்கம் பக்கமாக, சதிபதிகளின் அந்நியோன்னியத்தைப் பறை சாற்றிக்கொண்டு செல்லும் ரயில்பாதை. பக்கத்தில், ஜடத்தூண்கள் தலையில் கம்பிகளைத் தூக்கிக் கொண்டு காலம் காலமாகத் தவம் செய்கின்றன. வாழ்க்கையின் நிராசைகள் பலிதமாகிவிட வேண்டுமென்ற நித்தியத் தவமா? கம்பி இணைப்பில் கையைத் தாழ்த்தியும் உயர்த்தியும், ரயில் போக்குவரத்துக்கு அனுமதிச்சீட்டு வழங்குவதுடன், சின்னஞ்சிறு குருவிகள் தந்திக் கம்பிகளில் தங்கி, களிப்புக் கீதங்கள் மீட்டுவதை ரஸிக்கும் கைகாட்டி. அதற்குப் பக்கத்தில் பணத்தின் செருக்கையும், நவீன கட்டடக் கலையையும் பிரதிபலிக்கும் சண்முகம் பிள்ளையின் வீடு.

போகாத பொழுது. பள்ளிப்படிப்புகள் முடிந்துவிட்டன. பல்கலைக்கழகத்திற்குள் எப்படி நுழைவது என்ற நினைவுகளை அசைபோட்டு, அசையாது நிற்கும் நேரத்தை நெட்டுயிர்ப்புடன் போக்கிக்கொண்டிருக்கிறேன். புள்ளினங்கள் துள்ளிக் குதித்துப் பறந்து திரியும் – மென்சூட்டுக் கதிர்கள் ஒளி ஜாலம் செய்யும் – சாயந்தர வேளைகளில் தண்டவாளத்தில் அமர்ந்திருப்பேன். நிறைவேறா ஆசைகளுடனும், விரகதாப வெறியுடனும் செல்லும் இருப்புப் பாதையில் குந்தியிருந்து பொழுது போக்குவதில், என்ன வேடிக்கை இருக்கிறது?

இருக்கிறதா?

இருக்கிறது!

அந்தச் சமயத்திலேதான் சாந்தியுடன் தொடர்பு ஏற்பட்டது.

யாழின் தந்தியா? அல்லது ஆலம் விழுதா? அதன் கீழ் அசைபோடும் மாடு. அதைத் தாண்டினால், கல்யாணப் பொம்மை பூக்கிண்ணமாகக் கொண்டு குலுங்கும் பூவரச மரங்கள். அதையும் தாண்டினால் தென்னந் தோப்பு. அதற்கும் அப்பால்? நமது பாதங்களுக்கு நடக்கும் சக்தியை இணைத்தால், கடற்கரையை அடையலாம். கடற்கரையில், குருத்துக் குறுமணலைப் பிய்த்துக் கிளம்பி முளைத்திருக்கும் இராவணன் மீசையுடன் போட்டி போட்டுக்கொண்டு, தாழங்காடு. கற்பனையின் உள்ளுணர்வின் வாசனை மூக்குத் துவாரங்கள் இரண்டினையும் நிரப்புகின்றது. எத்தனை நாட்கள் நான் திலகாவுடன் கரம்கோர்த்துக்கொண்டு... (திலகா, நான் இனி உன்னைச் சந்திக்கமாட்டேனா?) அத் தாழம்பூ வாட வாட, அதன் வாசனை... வெட்டி வேருடன் தாழம்பூவையும் கலந்து பட்டுச் சேலைகளுக்கு வாசனை ஊட்டுவார்களாம். தாழம்பூவில் பாம்புகள் – முகரும்பொழுது மூக்கின் துவாரத்தில் புகுந்து, தென்திசைக் கிழவரின் அரூப அவதாரமாக மாறும், பூ நாகங்கள் – வாழுகின்றன. பாம்பைப் பற்றி என்ன கவலை? (காலத்தின் கவலை காலனுடையதாக இருக்கட்டும்.) தங்கநிறமான அந்தப் பூவின் வாசனை?

சாந்தியின் தங்கநிறம் தாழம்பூவுக்கும் கிடையாது. அந்தக் காலத்தில் வாழ்ந்து, இந்தக் காலத்தில் மண்டையை மண்ணிலே போட்டுவிட்ட கவிஞர்கள் இவளைப் பார்த்திருந்தால், வெறும் மாமிசப் பிண்டங்களை, ‘தங்க விக்கிரகம்’ என்று வர்ணித்த குற்றத்திற்காகத் தலையை எழுத்தாணியால் குத்திப் பிளந்திருப்பார்கள்.

> நல்லவேளை, இந்தக் காலத்தில் சீத்தலைச் சாத்தனார்கள் வாழவில்லை. ‘காப்பி’யடித்து எழுதவல்ல பைலட்’ பேனாக்கள் மலிந்திருக்கும் காலம் இது. திருட்டைக் கண்டுபிடித்துவிட்டாலும் அழிப்பதற்கு மில்டன் பஜாரில் மலிவாகக் கிடைக்கிறதே!

பூவுக்குப் பூ தாவுகிறது வண்டு. வண்டு இந்த வித்தையை மனிதனிடமிருந்துதான் பழகியிருக்க வேண்டும்.

புருவ இணைப்பில் குழிவிடாது, அப்படியே இணைத்து எழுப்பும் கூரிய, சிறிய மூக்கு. அந்த வரம்பினால் பிரிக்கப்பட்டு, இருமருங்கிலும் ஜொலிக்கும் வட்டக் கருவிழிகள். அந்தக் கருவிழிகளைக் காப்பாற்ற அணிசெய்யும் போர்வீரர்களைப்போல,

அணிவகுப்பிலே அடர்ந்து வளர்ந்திருக்கும் மயிர்களுடன் கூடிய இமைகள். நேர்வரைக் கோட்டினை இழுத்ததைப் போன்ற உதடுகள். நுனியில் சிறிது கத்தரிக்கப்பட்டிருந்த கூந்தலை விரித்துவிட்டு, ஓரத்து மயிர்களில் சணற்கயிறு பின்னி, அதை இணைத்துக் கூடு கட்டி, அவை கரங்கோர்க்குமிடத்தில் ஒரு தாழம்பூவினைச் சொருகி, ஏதோ பட்சிகளையும் மிருகங்களையும் பிரதி பண்ணி, மிகமிக மெல்லிய தொனியில், அவளுடைய செவி நுகர்ச்சிக்கு மட்டும் அர்த்தமாகக் கூடிய தெய்வீக இசைக்கு அபிநயம் பிடிக்கும் லாவண்யத்துடன் நடப்பாள்.

அப்படி நடந்து செல்கையில், ஒரு நாள், என் உள்ளத்தின் கொழுப்பு முறுகுகின்றது. தாக உணர்ச்சிகள் மூட்டமிடுகின்றன. அவளுடைய கவனத்தை என்பால் ஈர்க்கும் முகமாக. 'ஒய்யாரக் கொண்டையிலே தாழம்பூவாம், அதன் உள்ளே இருக்கிறது ஈரும் பேனாம் என்ற நாடோடிப் பழமொழியை ராக சுருதியுடன் இழுக்கிறேன். என் குரல் வண்ணான் வீட்டில் வாசம் செய்தது. அக்கினிச் சுடர்களை விழிக்குவளைகளில் ஏந்தி என்னைத் திரும்பிப் பார்க்கிறாள்.

சாந்தி! என்னைக் கொக்கென்று நினைத்தாயா!

ஊஹூம்!

ஒட்டுறவு ஏற்பட்டுவிட்ட தவிப்பு. தினமும் அதே – அவள் வந்து செல்லும் அதே நேரத்திற்கு – தவமிருக்கிறேன்... தினமும் என் விழியினூடே, தன் பிரயாணத்தின் இறுதிக்கட்டத்தை அடைந்துவிட்ட ஆற்றின் அமைதியுடன், வளைய வளைய நடக்கிறாள்... இரவில், கனவும் நினைவுமற்ற திரிசங்கு நிலையில், என் இதயக்குலை ஆடரங்கமாகிறது. 'ணக்கு... ணக்கு...'! என் உள்ளம் மாவாகப் பிசைக்கப்படுகிறது. தாங்க இயலாத வலி. எத்தனை நாட்களுக்கு இப்படியோ?... தென்றலின் கிளுகிளுப்பில் தன்னை மறந்து அசைந்தாடும் மலர்; தனக்குத் தான் அழைப்பு விடுக்கப்பட்டதாக நினைக்கும் வண்டு...

சாந்தி, நான் கொக்கல்ல, நீ கொக்கா? இல்லை. நான் எதுவோ, அதுவே நீயும். நான் நானை இழந்து நீயாகும் உன்மத்த நிலை அடையும்பொழுது...

என் விழிகளில் வாள்வீச்சுக் காட்டி அவளைப் பார்க்கத் தொடங்குகிறேன். என் இதழ்களில் – லாகிரிப் புகைகளின் கருமை படியாது, கன்னிமைப் பசுமையுடன் விளங்கும் இதழ்களில் – வாய்ப்புற்றில் வாசம் செய்யும் நாகத்தின் தலையைக் கிடத்தி . . . ஏதோ பரிபாஷைப் பரிமாற்றம் நடைபெறுகிறது... கவனிக்கவில்லையா? குருடியல்ல; பேசாத கண்கள். அவளுடைய இதழ்கள், இழுக்கப்பட்ட நேர்வரைக்

கோட்டினைப்போல, நெளியாமல், புரளாமல், அலையாமல்... சிலையில் பதித்த பவள இதழ்களைப்போல, ஓவியத்தில் சிறைப்பட்ட நெருப்புத் துண்டுகளைப்போல... உதட்டுச்சாயம் சப்பிய வெள்ளைக்காரிச்சியின் இதழ்களைப் போல...

மாம்பழ சீஸன் கோடைகாலம். கிராமத்திலிருந்து தாத்தா அனுப்பி வைப்பார். தண்டவாளத்தில் குந்தியிருந்தே சாப்பிடுவேன். அதில் ஒருவகை இன்பம். எத்தனையோ இன்ப நுகர்ச்சிகளுக்குக் காரணம் கண்டுபிடிக்க இயலாது. (ஏன் என் இன்ப அனுபவத்தை அங்காடிச் சரக்காக்க வேண்டும்?)

... இருந்தாலும், ஏன் அவள் கொம்பரில் தொங்கும் குரங்கை என்னில் காணவேண்டும்?

அவள் எட்ட எட்டத்தான் போகிறாள். எட்ட எட்டச் செல்ல, கிட்டக்கிட்ட நெருங்கும் முயற்சியில் இன்பமிருக்கிறது. வேதனைத் தவிப்பில் ஒரு சுவை இருக்கிறது.

ஆனால் இந்த இடைவெட்டு இடைவெளி நீண்டுவிடக் கூடாது. அப்பத்திற்கு மா புளிக்கவேண்டும். அதற்காக ஒரு மாதமா மாவைப் புளிக்க வைப்பது?

பொறுமை என்னை அனாதையாக்கிய ஒருநாள்.

மாம்பழமொன்றில் என் பற்களைப் பதித்துச் சுவைத்து –

“உனக்கும் வேணுமா? இந்தா, சாப்பிடேன்!”

துணிவு. அசட்டுத்தனமென்ற வால்பேத்தைச் சுக்கிலத்தில் கருக்கொண்ட துணிவு.

> பாக்கியம், நான் இளநீர் சுவைப்பதைச் சுவைத்தாளே... நீ மட்டும் நான் மாம்பழம் சுவைப்பதைச் சுவைக்கக் கூடாதா?

தண்ணீர் தெளிக்கப்பட்ட நெருப்புத் தழலாகச் சீறுகிறாள். அவளிடம் தோடுடைய செவிகளிரண்டு இருக்கின்றன. நெற்றிக்கண்ணில்லை. நானும் பிடிசாம்பராகவில்லை.

திரும்பிப் பார்க்கும் அந்தப் பார்வையில் –

“ஏன் கோபம்? வேண்டாமா? உன் கன்னங்கள் இரண்டிலும் மாம்பழங்கள் தொங்கிக் கொண்டிருக்கின்றன என்ற இறுமாப்பினாலா?” வம்புப் பேச்சுக் காப்பிற்குள் பிணைக்கும் பிரயத்தனம்.

நடக்கிறாள். நடையில் வேகம் சேருகிறது. வேடனின் கணைக்குத் தப்பிய புள்ளிமானின் வேகமா?

சற்றுப் பழைய பாணிதான். பாதகமில்லை. நக்கீரன் பேசிய தமிழ்தானே?

நான் சிலை. கையில் என் பற்கள் பட்டுச் சாறு வழியும் மாம்பழம். ஆனால் கன்னங்களில் மனிதப் பற்களே படாத இரண்டு மாம்பழங்களுடன் போய்விடுகிறாள்.

கூம்பி அலர்கிறது.

மறுநாள். அதே நேரம். அவளுடைய வருகைக்காகக் காத்திருக்கிறேன். அவள் வருகிறாள். கூட வரும் ஆண் யார்? வழித்துணைக்கு – பாடிகார்ட் உத்தியோகத்திற்கு ஏற்ற வாட்டசாட்டமான உடலமைப்பு. சாந்தி சோளக்கொல்லையில் நின்றாலாவது இரண்டு கதிர்களைத் தாங்கிக் கொண்டிருப்பாள். ஒற்றை நாடியிலும் பாதி. அவனைப் பார்த்தபின்னர் பத்மாசூரனைக் கற்பனை செய்வது சுலபமாகிறது. கனபரிமாணத்தில் இரண்டும் எதிர்ச்சொற்கள்.

அவளுக்காகவே காத்திருப்பேன். இந்த உணர்வு அவள் உள்ளுணர்வில் புகுந்திருக்கும். நான் தூண்டில் முள்ளில் இரைகுத்தி, இரைக்குப் பதிலாக முள்ளின் வேதனையை அவளுடைய தொண்டைக்குள் சிக்க வைத்தது கிடையாதே. கண்ணி வைத்துப் புறாவை உயிருடன் பிடித்து -

பிடித்து?

பிடிப்பதற்கு முன்னர், அவள் என்னைச் சுட்டிக்காட்டி, அவனுடைய செவிகளைக் கடித்து என்ன சொல்லுகிறாள்? நான் வீமன் கையில் அகப்பட்ட கீசகனாகி விடுவேனா? நான் அப்படியொரு ஐந்து புருஷன்காரியாம் பாஞ்சாலியின் வம்பு தும்பிற்குச் சென்றது கிடையாது. பயம், மனதில், காற்றாய் – விசும்பாய் – விரித்து வியாபித்துக் கொள்கிறது. யானையை எதிர்க்கச் சேவலா? உறையூர் வரலாற்றின் உண்மை பொய் ஏன்? என் கால்கள் தந்தியடிக்கின்றன. வரும் செய்தி?

எதிர்பார்த்தது எதிர்பாராததாகிறது. அசம்பாவிதங்களில்லை. அவன் குசுகுசுக்கிறான். என்னைக் கவனிக்காதவனைப்போல, எங்குமே சந்திக்காத தண்டவாளம், சங்கமிப்பது போன்று புள்ளியிட்டுக் காட்டும் இடத்தைப் பார்ப்பதாக நடக்கிறான். வட்டக்கருவிழிகளை இமைகளின் விளிம்பில் குத்திட்டு நிறுத்தி, திருட்டுப் பார்வையை ஓரமாகப் பாய்ச்சுகிறாள். இயல்பான முசுறுத்தனத்தைக் காணவில்லை. பேசாத பேச்சையெல்லாம் இமைப்பொழுதின் பின்னத்தில் பொரித்துத் தள்ளும் அந்த விழிகளில் இவ்வளவு காலமும் மௌனம் எப்படிக் குடிகொண்டிருந்தது? அமைதியான நீர் ஆழமுடையதா?

அவளுடைய கண்களுக்குத் தெரியும் நயனபாஷை வித்தை வேறு எந்தக் கண்களுக்குத் தெரியும்? ஏக்கம். அம்பலவி மாம்பழத்தின் தோலுக்கும் சதைக்குமிடையில் புகுந்துள்ள ஏதோ ஒன்றின் கனிவு.

'இந்தத் திடீர் மாற்றத்துக்கு காரணம் என்ன?'

கைகாட்டியை இறக்காமல், அப்படியே தூக்கிப் பிடித்து, நிஷ்டையில் நிற்கும் கைகாட்டி மரமாகச் சமைந்து சிந்திக்கிறேன். மூளை நிச்சயம் ரப்பரினால் செய்யப்பட்டதல்ல. சிந்தனை ஊதல்களால் அது வெடித்திருக்கிறதா? அவளைக் கேலிசெய்ய உதவிய மாங்கனி நேற்றே ஜீரணித்து, காலையில் கழிவுப் பொருளாக...

'அவளுடைய கன்னத்து மாங்கனிகள்?'

பார்வையும் பார்வையும் கவ்வுகின்றன. வரையான இதழ்களைச் சற்றே நெளித்து, வெட்டி விரித்து, முல்லை வரிசை தெரிய... கசிவு பிறக்கிறது. ஒரு கணநேரத்திற்குள் எத்தனை விம்மல்கள் – உணர்ச்சிப் பெருக்குகள். இன்பமோகினி கலைகொண்டு எழுந்து நெஞ்சக் கதவைத் தட்ட, வாலிபம் உறைந்து, உருகி, வழிந்து.

ஐயோ, எதற்கும் ஆண்டவன் வாய்க்கால் இழுத்து வைத்திருக்கிறானே.

நத்தையின் வேகம்; குழைவு நடை. வடக்கும் தெற்குமாக உருகி நீண்டு கிடக்கும் இருப்புப்பாதை. திரும்பித் திரும்பிப் பார்க்கிறாள். உதடுகள் பிதுங்கிப் பிதுங்கித் துடிக்கின்றன. கண்களில்?

என் குருத்தினி, பாக்கியமே! இந்தக் கண்வெட்டு ஜாலத்தை நீதான் இவளுக்குக் கற்றுக்கொடுத்தாயா? இம்மியளவு பிசகில்லாமல், இரண்டு அசைவிற்கும் அச்சில் வார்த்த ஒற்றுமை எப்படி இருக்கமுடியும்?

பேசும் வேட்கை. பயிர் வாடுகிறது. மழையை எதிர்நோக்கும் தவவிரதம் சேர்க்கும் சோர்வல்லவா? அட்டதிக்கும் கலங்கரை விளக்கமாக என் கண்கள் சுழலுகின்றன. (தென்னந்தோட்டச் சம்பவத்தைக்கூட என் அப்பாவின் காதில் ஓதிய பொல்லாத ஊர்வாயின் கண்கள் எந்தப் புதரில் மறைந்து ஆய்வு நடத்துகின்றனவோ என்ற பயம் நெடுமூச்சு விடுகிறது.)

ஒருவருமில்லை. பொம்மைகள் மத்தியில் வாளேந்தும் வீரனின் தீரம் நெஞ்சில் குவிகிறது. தைரியம். அவளைப் பின்தொடருகிறேன்.

எஸ். பொன்னுத்துரை

“நீங்கள் வெகு துணிச்சல்.”

“ஏன்?”

“வீதியில் போகும் பெண்களின் கூந்தலைப் பிரித்துப் பார்த்து, அங்கு வாழும் ஈர்பேன்களைக் கணக்கெடுத்து விடுகிறீர்களே?”

‘தாழம்பூ வாசனைக் கிறுக்கத்தில்’

“மாம்பழம் காட்டி என்னை காக்கா பிடிக்க நினைப்பா?”

‘இல்லை. உன் கன்னங்களிரண்டினும் தொங்கும் மாங்கனியைச் சுவைக்கும் வேட்கை.’

“ஏன் மௌனம்?”

‘உன்னைப் பார்த்துக்கொண்டிருக்கலாமே?’

என் பெயரைச் சொல்லி, இனிமை குழைத்து அழைக்கிறாள்.

“என் பெயரை எப்படி..?”

“எனக்கு ஜோதிடம் தெரியும்?”

இன்னொரு கலை கற்பதற்கு குரு கிடைத்திருக்கிறாளா?

“சொல்லித் தர்றியா?”

“பார்ப்போம்! என் பெயர் தெரியுமா?”

“முகத்தில் ஒட்டித் தொங்கவிட்டிருக்கிறாயா?”

“அப்படியில்லையா? என் முகத்தில் சாந்தியில்லையா?”

“இவ்வலவு காலமும் எள்ளும் கொள்ளும் வெடித்ததே.”

“எதிர்ப் பொருளுணர்த்தல். நான் சாந்தி.”

“பிழைத்தேன்.”

“நான் சங்கீதம் கற்கின்றேன்...”

‘ஓகோ!’

“இவ்வளவு நாளும் நான் உங்களை என்னமோவென்று நினைத்தேன்.”

“எப்படி? ரௌடியென்றா?”

“கரெக்ட். ஜோதிடம் கற்பதன் ஆரம்பம்?”

“எத்தனையோ சீப்புகளின் பற்களை நொறுக்கிய என் கேசத்தைப் பார்ப்பவர்கள் அப்படித்தான் நினைத்துவிடுகிறார்கள்.”

“அப்படி நினைத்தது தவறு.”

‘உள்ளே சுணை இருப்பது தெரியுமா?’

“எப்படித் தெரிந்தது?”

“என் அண்ணா சொன்னார்.”

“அந்த பாடிகாட் பேர்வழி உன் அண்ணாவா?”

“அவருக்கு உங்களைத் தெரியும். உங்கள் அப்பாவையும் தெரியும்.”

சுவாரஸ்யமாக எலிகள் கல்யாணப்பேச்சில் ஈடுபட்டிருக்கும்பொழுது கறுத்தப் பூனை குறுக்கிடுகின்றது. ஒரு ஊர்வாய் எதிரில் வருகிறது.

‘நாளைக்குச் சங்கீத வகுப்பிற்குப் போகமாட்டேன். வீட்டுக்கு வாருங்கள். ஆறுதலாகப் பேசலாம்.”

“நான் ஜோதிடனுமல்ல; உன் வீட்டுத் தபால்காரனின் நண்பனுமல்ல.”

“இச்சீட்டில் விலாசமிருகிறது.”

‘முன்னேற்பாடா?’

சீட்டு, கைமாறுகிறது. இருப்பினும்?

“உன் வீட்டில் யாராவது?”

“அங்கு என் இஷ்டத்திற்கு விரோதமாக நடக்கக் கூடியவர்கள் வசிப்பதில்லை.”

“அல்லிராணி தர்பாரா?”

‘மோசமான கேள்வி. பார்த்தனை, வலிந்து விருந்து வைக்க அழைக்கும் அல்லியா?’

“எப்படியாவது இருக்கட்டும். கட்டாயம் வருவீர்களா?”

“வீட்டுக் கதிரைகளில் மூட்டைப் பூச்சிகள் கிடையாதே. அப்புறம் என்ன?”

“வீரத்தமிழன். இரத்தம் சிந்தப் பயப்படுவதா?”

‘வீண் வழிகளில் ரத்ததானங்கள் செய்துதானே தமிழன் இன்று கூனிவிட்டான்.’

“கட்டாயமாக வருகிறேன்.”

“நிச்சயமாக.”

“அந்தச் சனியன் கிட்ட வருகின்றது. குட் நையிட். Sweet dreams.”

பெண்களுக்கு, தங்களுக்குத் தெரிந்த இரண்டொரு ஆங்கிலச் சொற்களை உதிரவிடுவதில் வெகு பிரீதி.

○ ○ ○

> பழமுள்ள மரத்தை வௌவாலும், இனிப்புள்ள இடத்தை எறும்பும், தேனுள்ள மலரை வண்டும் நாடுவது இயற்கையாயின் . . . நான் என்ன ஜீவன் முக்தரா? அல்லது முற்றும் அனுபவித்துப் பழுத்து, சதை இழந்து, நிலப்புழுதிக்கு உரமாகும் நேரத்தை எதிர்நோக்கி இருக்கும் கிழமா?

இனிப்பு என்று சொன்னால் நா இனித்துவிடாது. ஒரு சிட்டிகை சர்க்கரையாவது போட்டுத்தான் அனுபவிக்க வேண்டும். பசிக்கு வெறும் சோறே போதும். விருந்திற்குப் பல்வகைப் பதார்த்தங்கள் தேவை. விருந்து சுவைக்க விருப்புறும் பருவமா?

பருவம்?

அரும்பு மீசை இருக்கிறது. பாக்கியம் கற்றுத் தந்த பாடங்களின் பிரத்தியட்ச அனுபவம். சதா புகைந்து, புகையெழுப்பும் இன்ப அனுபவங்கள்... ஏதாவதொரு பெண், என்னைக் கொம்பராக மதித்து என்மீது படரமாட்டாளா? என்ற தவிப்பு அக்கினி உண்ணும் மெழுகாக . . . வாழ்க்கையை மனைவி – மக்கள் – சந்ததி என்ற சங்கிலித் தொடரிலே சிந்திக்காமல் ஒரு பெண் – காதலி – சதா இன்ப வேட்கை என்ற சங்கிலிப் பின்னலிலே . . .

நான் கொம்பர் – அவள் படர்கொடி. தளிர்க்கொடி தொட்டுத் தடவிப் பரவிப் படரும்பொழுது உள்ளத்தில் ஏற்படும் கிளுகிளுப்பு. கொடி கொம்பரைச் சுற்றிப் படருவதற்கு உதவும் கம்பிச்சுருள் என்மீது கரம்நீட்டித் தழுவிக்கொள்ளுகிறது. அது இரும்புச் சுருளாக இருந்தால், என்பாடு?

> பாக்கியம்! உன்மீது நான் படர்ந்தேனா? அல்லது என்மீது நீ படர்ந்தாயா? என்னை உன்மீது படரவிடுவதற்குத்தான் என்னிடம் பத்து ரூபா வாடகை வசூலித்தாயா? ஆனால் சாந்தி, நீ?

‘காய்ச்சல் தணிஞ்சிருக்குது. இன்றைக்குத்தான் பத்தியச் சோறு.’ – பெருமையுடன் சொல்லப்படுகிறது.

தனியறையில், வெண்முகிலே பஞ்சணையான படுக்கையில் படுத்துக் கிடக்கிறாள். மூன்று நாட்கள் ஒரேயடியாகப் படுக்கையில் படுத்துக் கிடந்த சோர்வோ, அசதியோ முகத்தில் பூஞ்சணமடித்திருக்கவில்லை. அவளுடைய முகத்தில், ஆழ்ந்த தூக்கத்தில் உடலை ஆழ்த்தி விழிக்கும்பொழுது ஏற்படும் கவர்ச்சி தள்ளுகிறது.

“டாக்டர் என்ன சொன்னார்?”

"சுகமாகிவிடும் என்று சொன்னார்."

"என்ன நோயாம்?"

"மனவருத்தமாம் – நெஞ்சுப் பாரமாம். என் மனதைப் புண்படுத்தக்கூடிய, அல்ல திகில் ஏற்படுத்தும் எந்தக் காரியமும் நடைபெறக் கூடாது என்று சொல்லியிருக்கிறார்."

"நல்லது."

என் சட்டையின் நெஞ்சுப் பையில் பாரம் அமுக்குகிறது. வழியில் வாங்கி வந்த இரண்டு சாக்லெட்டுகளின் பாரம். இரண்டு சாக்லெட்டுகளின் பாரம் என்ன? என் நெஞ்சு கோழிக் குஞ்சினுடையதா?

"சாக்லெட் வேணுமா?"

"காய்ச்சல் வாய்க்கு நல்லா இருக்கும்."

ஒன்றை எடுத்து படுக்கையில் வைக்கிறேன்.

மற்றதைப் பிரித்து என் வாயில் போட்டு, வாயில் ஊறும் எச்சிலைக் குழைத்துச் சுவைத்த வண்ணம், படுக்கையில் அவளுக்காக வைத்த சாக்லெட்டைத் திரும்பிப் பார்க்கிறேன். காணவில்லை. என்ன மாயம்? எப்படி மறைந்தது?

"இதிலிருந்த சாக்லெட் ..."

"நான் எடுக்கவில்லை."

நாக்கினால், நேர்வரையான இதழ்களை வெட்டி, அதன் விளிம்பில் புரளச் செய்துகாட்டுகிறாள்.

"காணவில்லையென்றால்? காகம் கொண்டு போச்சா?"

"இல்லை. கால் முளைத்து நடந்துகூட இருக்கலாம்."

"அதற்குக் கால் உன் விரலில் முளைத்ததோ?"

"நீங்கள் இன்னமும் ஜோதிடக்கலையை என்னிடமிருந்து கற்றுக் கொள்ளவில்லையே?"

இருக்கலாம். யோசெப் சுவாமியார் கற்றுத் தந்த கலை என்னவோ? பாக்கியத்தைக் குருத்தினியாக வரித்துப் பயின்ற கலை என்னவோ?

"சந்தன மரத்தின் கீழ் வாசமல்லவா? கொஞ்சம் தெரியும்."

"அப்படியா? டெஸ்ட் செய்து பார்த்துவிடலாம். அந்தச் சாக்லெட்டை நான்தான் திருடினேன். சரி. எங்கே அதை ஒளித்து வைத்திருக்கிறேன் என்று கண்டுபிடியுங்கள் பார்க்கலாம்."

Treasure hunt ஆரம்பமாகிறது. முஷ்டியான கைகளின் வெண்டக்காய் இதழ்களை விரித்துப் பார்க்கிறேன். தலையணையை

எஸ். பொன்னுத்துரை

கிளப்பிப் பார்க்கிறேன். முதுகின் அடிப்பாகத்தில், போர்வைக் கம்பளியை உதறி... காணமுடியவில்லை. தோல்வியின் சுவையை அனுபவிக்க விரும்பாமல், அவளை அப்படியே அடி நுனியாக, கேசபாதாதியாக நோட்டமிட்டுப் பார்க்கிறேன். அவளுடைய கண்கள் திருட்டுத்தனமாக – ஓரவிளிம்பில் நிறுத்தப்பட்டு, அடிக்கொருதடவை எதையோ மேய்வதைப் பார்க்க முடிகிறது.

'மேடிட்டிருக்கும் இரு புற்றுகளின் இணைப்புக் குழியில் இருக்கிறதா?'

'அங்கிருந்தால்? மோனத்திலிருக்கும் புற்றில் கை வைத்தால், சர்ப்பம் சீறித் தீண்ட ...'

"எங்கிருந்து எடுத்தாலும் கோபப்படமாட்டியா?"

"உங்கள் மீது எனக்குக் கோபம் வருமா?"

சங்கு ரேகைகள் விட்டிருக்கும் கழுத்தின் கீழ், அகன்று கிடந்த கழுத்துச் சட்டையினூடே இலேசாகக் கையை நுழைத்து...

அவள் என் கரத்தை அப்படியே தன் மார்புடன் அணைத்துக் கொண்டே ...

உலகை மறந்த கிறக்கம். கையும், 'அது'களும் சங்கமிக்க, இருஜோடி விழிகளும் ஒன்றினை ஒன்று விழுங்கித் தீர்த்துவிடலாமா என்ற இச்சை கொண்டு பார்க்கையில்...

"டார்லிங்!"

"சாந்தி."

"என்னைக் கைவிட்டு விடாதீர்கள். நான் உங்களை என் உயிரிலும் மேலாகக் காதலிக்கிறேன்."

"நானுந்தான்."

ஜன்னல் திரைச்சீலை படபடக்கிறது. வாசலோரம் ஏதோ நீள்வதைப் போன்ற பிரமை. அவள் நெஞ்சு புதைந்திருக்கும் கல்லறைக் கட்டடங்களில் கிடந்த கரத்தைச் சட்டென்று எடுத்துக் கொள்ளுகிறேன். கரம் என்னுடையதாகிறது.

பயத்தின் நீள்நிழல். மன உருவங்கள். ஒருவருமில்லை. சாக்லெட்டை எடுத்து, அதற்கு உறையிட்டிருக்கும் வர்ணக் காகிதத்தை உரித்தெறிந்து, தன் வாய்க்குள் திணித்து வைத்துக்கொண்டு, 'வேண்டுமா?' என்கிறாள்.

"ம்..." – நான் கையை நீட்டும்பொழுது –

அவள் உதடுகளைக் குவித்துக்கொண்டு, சற்றே தலையை மேலுயர்த்தி... என் தலை கீழே அவளுடைய முகத்தை நோக்கிக் குனிய ... இதழ்கள் குவிந்து, இணைந்து பின்னிப்பிணையும் சாரைப் பாம்புகளாகும் தவிப்புடன் துடிக்கின்றன.

சில வித்தைகள்தான் மற்றவர்கள் சொல்லித் தரவேண்டும்; நாம் கற்க வேண்டும். வேறு சில கலைகள், இரத்தத்துடன் கலந்து, உள்ளுணர்வில் நெடுமூச்செறிந்து, வளர்ந்து, பருவத்திற்குத் தானாக வெளிப்பட்டுவிடுகிறது. பாக்கியம்! நீ அவசரக்காரி. பிஸினஸ் இயக்கம்! ஆனால் அமைதியில், மெதுமையில், ஆவலைத் தூண்டி, அதை அடக்காது அந்தரத்தில் விடுவதிலும் ஒரு இன்பம் இருக்கிறது. நீ, இப்பொழுது எங்கே இருக்கிறாய்? இல்லாவிட்டால் இதை நான் உனக்குச் சொல்லித் தந்திருப்பேனா? சீ, உன்னைப் பார்க்கவே வெறுப்பாக இருக்குமே. இப்பொழுது உன் சுருள் கேசத்தில் பஞ்சுத் தூசிகள் ஒட்டிக்கொண்டிருக்காதா?

அந்த உணர்ச்சியிலிருந்து விடுபட, அவள் தன் விரலிலிருக்கும் மோதிரத்தைக் கழற்றி, என் விரலில் அணிந்து அழகு பார்க்கிறாள்.

"என்ன?"

"இந்த மோதிரம் உங்களுடைய விரலுக்குத்தான் அழகாக இருக்கிறது."

"எனக்கு வேண்டாம்."

"என் அன்புப் பரிசு. பெற்றுக் கொள்ளத்தான் வேண்டும்."

மனிதனைச் சிறைப்படுத்த எத்தனை வகை விலங்குகள்? அது இரும்பினாலும் இருக்கலாம். இப்படிப் பொன்னாலும் இருக்கலாம்.

O O O

நரிக்கும் பூனைக்கும் திருமணம் நடக்கிறது. வெயிலுக்கும் மழைக்கும் கல்யாணம். வானிலிருந்து குண்டு குண்டாக விழும் மழைத் தூற்றல்களை ஊடறுத்து, மஞ்சள் வெயில் எரிக்கிறது. வானம் கறுக்காத மழை.

வானத்திருக்க வேண்டிய கறுப்பையெல்லாம் தனது முகத்தில் குடியேற்றி, அரிச்சந்திர நாடகத்தின் மயான காண்டத்தில் தோன்றும் ஸ்திரீ பார்ட்டின் அபிநயத்துடன், "உங்களுடைய பாதங்களில் அர்ப்பணிக்கப்படவென்றே சிருஷ்டிக்கப்பட்ட மலர் நான். என்னை மறந்த நிலையிலேகூட, வேறு எந்த ஆணும் என் மனதைத் தீண்டியது கிடையாது. மின்னலாகத் தோன்றி என் உள்ளத்தில் பசையாக ஒட்டிக் கொண்டீர்கள்" சமூக நாடகத்தின் வசனம் பேசுகிறாள்.

'வாழ்க்கையில் எத்தனையோ விபத்துகள் சம்பவிக்கின்றன!'

"டார்லிங்"

"ம் ..."

“நம்முடைய திருமணம் எப்போது?”

திருமணம்?

ஏன்? எதற்கு?

திருமணத்தைப் பற்றி – அவளுடன் இல்லற வாழ்க்கை நடத்துவது பற்றி – அந்த நிமிஷம் வரை நினைத்துப் பார்த்ததுகூடக் கிடையாது.

திருமணம்?

> லைசென்ஸ் பெற்ற விபசாரம். அந்த லைசென்ஸ் எடுக்காவிட்டால் தோல் அழுகிவிடுகிறதா?

அரும்புமீசைப் பருவமென்று சொன்னேனா? (அது எனக்கும் ஞாபகமில்லை; உங்களுக்கும் ஞாபகமில்லை. அதைப்பற்றிப் பாதகமில்லை. ஞாபக மறதிதான் மனித சமுதாயத்தின் மிகப் பெரும் வரப்பிரசாதம்.) அது ஒரு பருவம். காதலைப்பற்றி நினைப்பதற்கு இருபத்திநான்கு மணித்தியாலமே போதவில்லை. கடைக்குள் நுழைந்து ஷோகேஸில் – காட்சிப்பெட்டியில்– இருக்கும் கண்கவர் பொருட்களைப் பார்த்து ரஸிக்கும் பருவம். பார்க்கும் பொருட்களுள் ஒன்றினைச் சொந்தமாக்கிக்கொள்ள வேண்டுமென்ற எண்ணம் குமிழ்விடுகிறதா? காதல் என்பது பொழுதுபோக்கு. காதல் என்பது விளையாட்டு. இல்லை, அது பொழுதுபோக்கு விளையாட்டு. எல்லா விளையாட்டுக்களையும் போலவே, இந்த விளையாட்டிற்கும் விதிகள் இருக்கின்றன. விதிமுறை தவறி ‘கோல்’ போட்டாலும், பயனை (தண்டனையை) அனுபவிக்கத்தான் வேண்டும். ஆண் தன்னுடைய காதலியின்(?) வயிற்றைக் காற்றடைத்த பலூனாக ஊதப் பண்ணினால், அந்த ‘பவு’லுக்காகத் திருமணம் செய்துகொள்ளவேண்டும்! அப்படியொன்றும் வயிறெக்கி, நெஞ்சைத் துருத்தியாக்கி, மூச்சிழுத்து ஊதியதாக ஞாபகமில்லையே. இதழ் நுகர்ச்சியிலும், கரநுகர்ச்சியிலும் சந்ததிப் பெருக்கம் ஏற்படுகிறதென்றால், ஒவ்வொரு பெண்கள் கல்லூரியும் ஒவ்வொரு பிரசவவிடுதியாகவல்லவா மாறிவிடும்? ஆராய்ச்சிக்கு– ஆண் பெண் உடலுறவுத் தத்துவத்திற்கு – ஒத்துப்போக மறுக்கும் சமாச்சாரம். சிந்தனைக் கயிறு என் தலையைப் பம்பரமாக்குகிறது.

“என்ன யோசனை?” – குயிலல்ல; குரல். மனதை நிலப்புழுவாகத் தோண்டுகிறது.

“உன்னைப்பற்றித்தான். உனக்கு இப்பொழுது மூக்கு உளைவெடுத்திருக்குமே?”

“சுத்தப் பொய். பேச்சை மாற்றாதீர்கள்.”

“அப்படியல்ல சாந்தி. நமது திருமணத் தேதி கொண்ட பஞ்சாங்கம் இன்னமும் அச்சுக் கோர்க்கப்படவில்லை. அதற்கு இப்பொழுது என்ன அவசரம்? அப்படி என்ன வயது? படித்து, என் காலில் நிற்கவேண்டாமா?”

“இப்பொழுது அவசரம் வந்துவிட்டது.”

“ஏன்? அப்படி?” – திடுக்குற்றுக் கேட்கிறேன்.

‘வேறு யாரோ ஒரு போக்கிரியின் விளைச்சலை என் தலைமீது சுமத்தும் முயற்சி நடைபெறுகிறதா?’ – அச்சம் என்னைக் கவ்விக் கொள்ளுகிறது.

“நேற்று என் மாமா – உங்கள் அப்பா – எங்கள் வீட்டிற்கு வந்திருந்தார்.”

‘ஏன்?’

> என் அப்பா மட்டும்தான் அக்கிரமியா? இந்த அப்பாமார் இனமே இப்படித்தான். ரயில் ஓடுவதற்குக் குறுக்கே கைகாட்டி மரங்களாக நின்றுகொண்டேயிருப்பார்கள்.

“தன் மகனுக்குக் கல்யாணப் பெண் கேட்டு வந்தாரா?” பூசி மெழுகிக் கேட்கிறேன்.

“இல்லை. காதற்காவியத்திற்கு விளக்கம் கேட்டு வந்திருந்தார். தனது விளக்கவுரையையும் தெரிவித்தார்.”

‘அப்படியா?’

“ ‘என் மகனை ஏமாற்றி, வரவழைத்து, தடுக்கெடுத்து, இனிப்பு ஊட்டி, பலகாரம் பல கோணத்தில் காட்டி, அவனை உங்களுடைய எண்ணப்படி ஆட்டிவைக்கும் எண்ணமா? மாப்பிள்ளை பிடிக்க வலைவீசுகிறீர்களா? இந்த ஊரில் சண்முகபிள்ளையை அறியாதவர்கள் இல்லை. என் பொல்லாப்பைச் சம்பாதித்து நன்றாக வாழ்ந்தவர்களும் கிடையாது.’

“காதுகொடுத்துக் கேட்க முடியாத நச்சுப் பேச்சுகள்; வசைமாரிகள். நாங்கள் குலப்பெண்கள். பொருள் பறிக்க வலை விரிக்கும் தாசிகளல்ல . . .”

> தாசிகளென்றால் இழுக்கா? சரசு யார்? அல்லது இன்பக்கலையின் வித்தை கற்றுக்கொடுக்கும் பாக்கியம்?
>
> சாந்தி, இதோ நீ அளித்த கணையாழி என் விரலில் மின்னுகிறதே!

“ம் . . .”

“எதற்கிந்தப் புறாமுக்கல்?”

“இப்படி இரத்தம் ஏறிய காளைகளை வீட்டுக்கு அழைத்துக் கூட்டிக்கொடுப்பதிலும் பார்க்க, பெண்ணை நடுத்தெருவில் நிறுத்தி ஏலம்போட்டுச் சம்பாதிக்கலாமே?”

“பீஸ் வாங்காத அட்வைஸ்! நீங்கள் ஆண். அகப்பட்ட இடத்தில் மிதித்து, வசதியான இடத்தில் கழுவி விடுவீர்கள். புழுதியோ, அழுக்கோ உங்களுடன் ஒட்டிக்கொள்வது கிடையாது.”

“‘ஐயா! இப்பொழுது அவசரமில்லை. ஏலம்போடும் பொழுது, விரும்பினால் உம்மை அழைக்கிறோம். இப்பொது தாம்பூலம் வைத்து உங்களை ஒருவரும் அழைக்கவில்லை’ என்று கேட்பதற்கு நாக்குக் கொட்டானா?”

“அப்பனின் மகன்தானே? நான் ஏன் இந்தப் பெண் ஜன்மம் எடுத்தேன்?”

விசும்பல். கண்ணீர். பொலபொலவென்று நீர்த்துளிகள் மாம்பழக் கன்னத்தில் உருளுகின்றன. அவள் சினிமாக்காரியல்ல, இருப்பினும் கிளிஸரீன் பூசிய தன்மையா? நிசக் கண்ணீருக்கும், மாய்மாலக் கண்ணீருக்கும் வித்தியாசம் கண்டுபிடிக்கவல்ல ஒரு அன்னத்தைக் கண்டுபிடிக்கும் அவகாசத்தை பிரமாவுக்குச் சரஸ்வதி நிச்சயம் கொடுத்திருக்கமாட்டாள். சாந்தி அழுகிறாள்; சிணுங்குகிறாள். மூக்கைச் சிந்தி ஒரு பாட்டம் முடித்து, “என் வீட்டிலுள்ளவர்களெல்லாம் என்மீது பாய்கிறார்கள். ‘பாரடி, பார். உன் நாட்டியத்தனத்தால் குடும்பத்திற்கு ஏற்பட்டுள்ள வசையைப் பார். இடிச்சு இடிச்சுச் சொன்னோம்; படிச்சவள் என்ற பெருமையில் எகிறி எகிறி நடந்தாள். போனது போகட்டும். இனியாவது அவனைக் கேள். உறுதியான முடிவு தரட்டும். இஷ்டமென்றால் உன்னைக் கட்டிக்கொண்டு கணவனாக வாழட்டும். நீ விலைபோக முடியாத சொத்தைப் பண்டமல்ல. அவன் இந்த வீட்டு வாசற்படி மிதிக்கிறதை நிறுத்தட்டும்.’ என்று கண்டிக்கிறார்கள். உங்களையே நம்பியிருக்கும் இப்பேதைக்கு ஒரு நல்ல முடிவு சொல்லுங்கள்.”

வேள்வியில் தலை துண்டித்தெறியப்பட்ட கோழியாட்டம் தலை தவிக்கிறது.

“இன்பமாக ஓடிக்கொண்டிருந்த காதல் என்ற நதிக்குக் குறுக்கே, எதிர்ப்பு என்ற மலை.”

“என் கழுத்தில் தாலி. மலையைச் சுற்றி வளைத்து நடக்க நான் தயார்.”

“என் மேற்படிப்பு? கல்விபற்றி நான் கொண்டிருக்கும் இனிய இலட்சியக் கனவுகள்? அப்பா, என் சொத்துகளைக் கோயிலுக்கும், மடங்களுக்கும் எழுதி வைக்கத் தயங்கமாட்டார். அழுங்குப் பிடியர்.”

“பவுத்திரமான பிரேமைக்கு முன்னர் பணம் கால் தூசு. இருந்தாலும், என் சீதனப் பணத்தை வைத்து, வேண்டிய மேற்படிப்புப் பட்டங்களெல்லாம் பெறலாம்.”

“விலைக்கு வாங்கும் முயற்சியா?”

“இதென்ன குதர்க்கம்? என் சொத்து, உங்கள் சொத்து. நானும், என்னுடையவைகளும் உங்களுடையவைதானே? ‘நான்’ ‘நீ’ என்ற பேதம் அழிந்து, சிதைந்து ஒன்று கலந்து, ‘நாம்’ மலருவது உண்மைக் காதல்.”

“சிந்திப்பதற்கு அவகாசம் தா.”

“நான், விடாகண்டப்பாணியில் உங்களை அவசரப்படுத்தவில்லை. ஆனால், நீங்கள் ஒரு சுபமான முடிவுக்கு வரும் வரையில், நான் அக்கினியில் குந்தித் தவம் செய்கிறேன் என்பதை மட்டில் ஞாபகம் வைத்துக் கொள்ளுங்கள். கரம்பற்ற வராவிட்டால், என் பிணத்துக்கு ‘வாய்க்கரிசி’ போடவாவது உரிமையுடன் வாருங்கள்.”

அது என்ன பருவமோ?

காதலிக்கவேண்டுமென்ற எழுச்சி...

கல்யாணம்?

கல்யாணம் காதலின் முன்னுரையா? அநுபந்தமா?

காதல்?

காதல் என்ற நதி ஓடிச் சென்று, கடைசியில் சம்சாரம் என்ற சாகரத்தில் கலக்கத்தானே வேண்டும். அல்லது சம்சாரபந்தமென்ற கடல்நீர் முகிலாகி, காதல் நதிக்கு நீரளிக்க வேண்டும்.

❍ ❍ ❍

வீட்டில், எதிர்பார்த்தது நடக்கிறது.

அப்பா என்னைச் சூழ்ந்து, என்னைப் பொசுக்கிவிட இச்சைகொண்ட அக்கினியாக மாறுகிறார். அம்மா எனக்கு அபயம் தரும் நீர்.

அக்கினியும் தண்ணீரும் மகாநாடு நடத்துகின்றன.

“கேட்டியாடீ?”

“என்ன டீ? டீ வேணுமாம் டீ? ஏன் வாலிபம் திரும்புதோ?”

“எனக்கில்லை. உன் செல்ல மகன்தான் வாலிபக் கொழுப்பு முறுகித் திரிகிறான்.”

"அவனை நாளொன்றுக்கு மூன்று கோசாவது திட்டாட்டிக்கு உங்களுக்குப் பத்தியம் வராதே..."

"... பொழுது விடியாது. நீ இப்பிடிச் சொல்லிச் சொல்லித்தானே, அவனும் குட்டிச் சுவராகிக்கொண்டே வருகிறான். இப்ப, சாந்தி என்ற பொம்புள்ளையைக் காதலிக்கிறானாம். யார் இந்த சாந்தி தெரியுமா? சூதாடி வைத்தியலிங்கத்தின் மகள். அவன் ஏதோ ஸ்டாரினால், சூதாட்டத்தில் பெரும் பணம் சம்பாதித்துவிட்டானென்று, புதுப்பணக்கார வெளிச்சம்போட்டு இவனைப் பிடிக்கப் பார்க்கிறாங்கள்."

"அந்த வைத்திலிங்கத்தின் மகள்தானே யாரோ ஒரு ஜாதி கெட்டவனோடு கூட்டிக்கொண்டு ஓடினது?"

"அவள் மூத்தவள். இவள் அந்த ஓடுகாலியின் அருமைத் தங்கச்சி. முந்தி யாரோ ஒருத்தனோடு கூட்டாயிருந்து, கரைகுட்டி போட்டவளாம். இன்று இவனை வளைச்சு எடுக்கிறார்கள். இவனும் பல்லை இழிச்சுக்கொண்டு திரியுறான். தனக்குப் பொல்லுப்பிடிக்க ஒரு குமரன் தேவையென்று இவனைப் பிடிக்கத் திட்டமிடுகிறாள் அந்தக் கிழக்குமரி..."

"இவனுக்கு அப்படியென்ன கல்யாணம் கட்டிக்கிற வயதா? அப்படி வேண்டுமென்றாலும், லெட்சம் ரூபா சீதனத்துடன் அம்மன் சிலையாட்டம் பெண் வீட்டுக்கு வருவாளே... ஆனாலும், நாலும் தெரிஞ்ச நீங்களே இப்படிக் குதிச்சால் அவனை எப்படித்தான் திருத்துகிறது?... இது துள்ளித் திரியுற பருவம். நாளைக்கே அண்ணனை அழைத்து நயமாக நல்ல புத்திமதிகளைச் சொல்லிப்பார்ப்பம். விரலில் புண் என்றால், கையைத் தரித்து எறிகிறதா? மருந்து கட்டித்தானே குணமாக்க வேண்டும்?"

"முந்தி அவள் - அந்தக் கிழத் தேவடியாள். இப்ப, இவள் - சோரம்போன முதுகுமரி. எனக்கென்று மகனாகப் பிறந்திருக்கிறதே கழுதை... நாளைக்கே அவனைச் சென்னைக்கு அனுப்பப்போகிறேன். தாம்பரம் கல்லூரியில சேர்க்கச் சகல ஏற்பாடுகளைகளையும் செய்துவிட்டேன். கல்லூரி ஆரம்பிக்க, இன்னும் இரண்டு மூன்று வாரங்கள் இருப்பினும், நாளைக்கே போகட்டும். நாளைக்கே இவன் போகாவிட்டால், அப்புறம் இவன் அவளைக் கல்யாணம் கட்ட, மைனர் திருமணத்தை எதிர்த்து நான் கோடு ஏறி இறங்க வேண்டிய கிலிசகேடு. என் கூட்டாளியின் மகன் ஒருவன், அங்கு படிப்பிக்கும் தன் பேராசிரியருக்கும் ஒரு கடிதம் கொடுத்து அனுப்புகிறான். எல்லாமே சௌகரியமாக இருக்கும். இதுதான் கடைசி.

இல்லாவிட்டால், இப்படியொரு மகனே பிறந்து செத்துப் போனான் என்ற நினைப்பில் கருமாதியெல்லாம் முடிச்சிட்டு இருப்பேன். அவ்வளவுதான்."

"வாழும் வளரும் பயிரை ஏன் இப்படிக் கொறிச்சுத் தள்ளுறியள். வயசுக் கோளாறு. எல்லாம் சரியாகிவிடும்."

மகாநாட்டின் சுருதி, கீழ் இறங்கி, இறங்கி, ஈற்றில் மடிகிறது...

எனக்கு தலைவலிக்கிறது... யாரோ, இரும்புக் கிட்டிகளுக் கிடையில் நசிக்கிறார்கள். குழம்பித் தெறிக்கிறது தாங்கமுடியாத தலைவேதனை! மருந்து?

...படுவான் கரையில் இறங்கிகொண்டிருக்கும் வெயிலுக்குக் குடைவிரித்திருக்கும் நிழலில் அமர்ந்து, மாடு அசை போட்டுக்கொண்டே இருக்கிறது...

எஸ். பொன்னுத்துரை

5. இசை

இலேசான தலைவலி இருப்பதை உணரு கிறேன். உடல் என்ற சுவர்களுக்குள் குளிர்வாடை சிக்கிக்கொண்ட தவிப்பு. சளியும், ஜுரமும். கம்பளியை இழுத்துப் போர்த்திக்கொண்டு கட்டிலில் படுக்கிறேன். வானொலிப் பெட்டிகளில் நமது காதுகளைக் குடைந்த விளம்பரங்களில் அடிபட்ட பெயர்களைத் தாங்கும் மாத்திரைகள் சிலவற்றைத் விழுங்கி, வெந்நீர் குடிக்கிறேன். 'ஓய்வு எடுத்துக்கொண்டால், இரண்டு நாட்களுக்குள் சுகமாகிவிடும்' என்ற அலட்சிய மனப்பான்மை. என்னை வாட்டும் நோயின் அசுரத்தனத்தை கணக்கிட்டது தவறு. பூஜ்யங்களின் பெறுமானத்தை அறியாததினால் ஏற்பட்ட தவறு. என் அனுங்கல் சத்தம் பக்கத்து அறைகளில் வாசம் செய்யும் மாணவர்களை ஒப்பாரி வைத்து அழைக்கிறது. மாணவர் கட்டிலை மொய்க்கிறார்கள். விழிகள் தங்கள் நிலைக்களங்களிலிருந்து பிதுங்குகின்றன... சற்று நேரத்தில் நடமாடும் சலூனைப்போன்ற ஒரு பெட்டியைத் தூக்கிக்கொண்டு, அதே சமயம் கழுத்தில் துடியறிக்குழாயை மாட்டி, தான் ஒரு வைத்திய கலாநிதி என்பதைப் பெருமிதத்துடன் விளம்பரப்படுத்திக்கொண்டு, ஒரு பிரகிருதி வந்து என்னைப் பரிசோதிக்கிறார். ஏதேதோ மாமூல் வேலைகளைச் செய்துமுடித்து, வாய்க்குள் நுழையாத இலத்தீன் சொல் ஒன்றினை அந்நோய்க்கு நாமகரணம் செய்து, மனதில் பயத்தை ஊட்டி, ஊசி பாய்ச்சுகிறார். தொடர்ந்து நிறத் தண்ணீர்– அவர் அகராதியில் மருந்து – வாய்க்குள் திணிக்கப்படுகிறது. நோய்க்கு வேகரம் இணைக்கும் சக்தியா அதற்கு? சாவு நங்கை வளைந்த செப்பு நாணயமான

இமைகளில் கூத்தாடுகிறாள் . . . சத்தியவான் – சாவித்திரி நாடகத்தில். எமதர்ம ராஜன் வேடம் புனைந்த கரையாக்கத் தீவு இளைய தம்பி அண்ணாவியாரின் சாயலில் ஒருவர், பாசக்கயிற்றைத் தூக்கிக்கொண்டு, . . . பெரிய– பென்னம்பெரிய தலையணைகளிலும் பெரிய – ஏடுகளை வைத்துக்கொண்டு ஒரு குள்ளன் ஜனன மரணக் கணக்குகளைச் சரிபார்க்கிறான். . . நான் நம்பிக்கை இழக்கிறேன்.

மூடிய கண்கள் விழிப்புக் கொள்ளுகின்றன. எமனின் சாகஸம் தோற்றுவிட்டது. நான் சாகவில்லை. என்னால் நானாக யோசிக்க முடிகிறது. தோலைப் பிராண்டிப் பார்க்கிறேன். நோய் அதனுடன் இழையோடிக் கிடக்கிறது. சிலந்திக் கூடுகள் விரிந்திருக்கும் என் ஹாஸ்டல் ரூம் கூரையல்ல. ஜன்னலில் சிங்கர் தையல்மெஷின் விளம்பரமாக விளங்கும் திரைச்சீலை. கொழுகொழு பஞ்சு மெத்தை. ஜிலு ஜிலு காற்றோட்டம். அறையில் ஒழுங்கின் ஆட்சி. மூலையில் ஒரு மேஜைக்குட்டி. அதன் தலையில் பொம்மைக் கொலுவாக மருந்துப் புட்டிகள்.

யமபுரி வைத்தியசாலையில் சிகிட்சை நடைபெறுகிறதா?

மருட்சி. அதைத் துடைத்தெறிந்து பார்த்தால், ஒரு பெண் வருகிறாள். எம்தர்மராஜனுக்குப் புத்திரி இருக்கிறாளா? புராணப் பரிட்சயம் என் கால்களை இடறுகிறது. என்னையும் அறையையும் நோட்டமிடுகிறாள். நான் கண்களைக் குத்தி நிறுத்தித் தெளிவாக . . . அவளுடைய கண்களில், மகிழ்ச்சி, மணவறையில் குந்தியிருக்கும் மணப்பெண்ணின் வெட்கத்துடன், என்னைப் பார்த்து முறுவலிக்கிறது

அட, நீயா லில்லி?

உன் தாத்தாதானே என் தமிழ்ப் பேராசிரியர். நான் சிபார்சுக் கடிதம் கொண்டு வராதிருந்திருந்தாலும், அவர் உன்னை நேசிப்பது போலத்தான் என்னையும் நேசிப்பார். என் தமிழ்ப் பற்றும், தாத்தாவின் பக்தியும் ஒன்று.

‘யாமறிந்த மொழிகளிலே தமிழ் மொழிபோல் இனிதாவதெங்கும் காணோம்’ என்று பாடினான் பாரதி. அவனுடைய காலத்தில் நான் வாழ்ந்திருந்தால், அவனுடைய வாயில் ஒரு கரண்டி சர்க்கரையாவது போட்டிருப்பேன். ஆனால் படுபாவிகள்! அவனுடைய வாயில் மண்ணைப் போட்டு, தங்கள் உடம்பில் பொன்னாடை போர்த்தி, ஒரு மணிமண்டபம் எழுப்பி, அவனுக்குச் சமாதி கட்டிவிட்டார்கள்.

என்ன இருந்தாலும் பாரதி வெகு சமர்த்தன். வர கவி; இறந்தும் இறவாத கவிஞன். ஆனால் இன்று எத்தனையோ கவிஞர்கள்

குருத்தில் சாகிறார்கள்; மொட்டில் உதிருகிறார்கள். ஊக்கம் கொடுப்பவர்களுக்குப் பஞ்சம்; ஆதரவு நல்குகிறவர்களுக்கு ஒறுப்பு.

என்ன இலக்கிய உலகம்? பெண் பித்தர்களிடம் இருப்பதைக் காட்டிலும் இன்றைய இலக்கிய வட்டாரத்தில் அதிகம் போட்டியும் பூசலும் இருக்கிறது.

நான் அதிர்ஷ்டசாலி. உன் தாத்தா எனக்கு மிகுந்த உற்சாகத்தையும், ஊக்கத்தையும் தந்தார். ஓரிரு கதைகளைக் 'காக்கா' பிடித்துப் பத்திரிகைகளில் பிரசுரித்துவிட்டு, இரண்டு நண்பர்களின் உதவியுடன், தங்கள் பணச்செலவில், 'சில்க்' துண்டைத் தோளில் போட்டுக்கொண்டு, பொன்னாடை பெற்றதாக மனப்பால் குடித்தலையும் சில்லறைகளையும், அட்டைப்பட விளம்பரங்களினால் பிரபல்யம் அடைந்த துண்டுக்கணக்குகளையும் நான் அறிவேன். தாங்கள் முன்னேறிய பாதையில் வழிகாட்டிகளாக இருந்தவர்களுடைய பெயர்களை இருட்டடிப்புச் செய்து, தானாகத் தோன்றித் தவத்தால் கொடியுயர்த்தியவர்கள் என்று பாவலாச் செய்கின்றனர். உன் தாத்தாவிடம் மூன்று ஆண்டுகள்வரை தமிழ் கற்று வருவதினாலேதான், நான் கவிதை இயற்றும் ஆற்றல் பெற்றேன் என்று சொல்வதில் வெட்கமா? (உண்மையைச் சொல்வதிலும் வெட்கமா?)

என் பாக்கியமே பாக்கியம். தாத்தா விசித்திரமானவர். உனக்குத் தெரியாதா? தமிழ் அவர் நெஞ்சு, இயக்கம், மூச்சு. அவர் விதியை நொந்து பண்டிதரானவரல்ல. கன்னித் தமிழ்த் தொண்டிற்கு தன்னுடைய செல்வவாழ்க்கையைப் பணயம் வைத்த முனி. கற்று, அதற்குத்தக வாழ்பவர். சத்தியத்தில் பலமுற்ற உரம்கொண்ட நெஞ்சு. அதில் சமீபகாலத்தில் குடியேறிய பலவீனம் என்ன தெரியுமா? என்மீது தனிப்பட்ட அன்பு.

லில்லி! தாத்தா என்மீது கொண்டுள்ள அன்பைத் தூண்டிலில் இரையாக்கி, உன் கவனத்தை எப்படியெல்லாம் என் பக்கம் திருப்ப நான் முயற்சித்திருக்கிறேன். தெரியுமா? ஒன்றாக, ஒரே வகுப்பில் படிக்கும் என்னை ஒரேயொரு தடவை திரும்பிப் பார்த்தால், கழுத்துச் சுளுக்கிவிடுமென்று நினைத்தாயா? அல்லது உன் கண்களில் வலி கண்டுவிடும் என்று நினைத்தாயா?

இல்லையேல், இல்லையேல் . . .

குண்டு குண்டான கருவிழிகளில் நயனமொழிகளின் கலாசாலை அமைத்திருக்கும் ஹம்ஸதொனி; பயில்வான் பாணியில் மார்புயர்த்தி, 'இந்தச் சிற்றிடையில் இவ்வளவு பெரிய செம்புக் கொங்கைகளை, இந்தச் சிறிய தனந்தூக்கியின்

ஆதாரத்தில் எழுப்பி வைத்திருக்கிறேனே' என்று பெருமையுடன் குதி நடைபோடும் காந்திமதி; 'உடலின் நெளிவுகளையும் ஷேப்களையும் சாக்கினால் உறையிடுவதில் என்ன கவர்ச்சி? அதன் அசைவுகள் ஒவ்வொன்றும் ஆண்களின் நெஞ்சைப் பிளக்க வேண்டும்' என்ற தத்துவ விளக்கத்தில் அசைக்க முடியாத பற்றுக் கொண்டவளாக மிக மெல்லிய துணிகளை, அவை அலையலையாய் வழுகித் துவள நடக்கும் சிங்காரி சித்திரா; கன்னங்குழியச் சிறுநகை சிந்தி பற்பசைக் கம்பனிக்கு இலவச விளம்பரமாகப் பற்களைக் காட்டிக்கொண்டேயிருக்கும் சரோஜினி; ஜடையழகி சுந்தரி; முகப்பரு அழகி வாசந்தி; நடையழகி நிர்மலா . . . ஏன், கர்நாடக விசாலாட்சி; தூங்குமூஞ்சி பத்மா; சிடுமூஞ்சி ஈஸ்வரி; . . . இவர்களெல்லொரும் என்னுடன் ஒன்றாக, ஒரே வகுப்பில் படித்தவர்கள்தானே? உன்னைத் தவிர, ஏன் இவர்கள் என்னைக் கவரவேயில்லை?

> இன்றும் ஆயிரம் எண்ணங்களில் நீந்துகிறேன். கொள்ளை கொள்ளையாகத் துளும்பும் சிந்தனைகள். நெஞ்சில் பத்திரமாகவும் ரகஸியமாகவும் சேமித்து வைத்த சம்பவங்களை லோபி திறந்து பார்க்கிறான்.

பெரிய, வட்டமுகம்; முகத்தின் பரிமாணத்திற்கு ஒத்துப் போகாத சின்னஞ்சிறு நெல்மணி மூக்கு; சின்னிவிரல் மட்டும் புகக்கூடிய குறுணிவாய்; வெட்டிய நகத்துண்டான நெற்றி; நடுவகிடு வைத்தாற்போல, அழுத்தி வாரிப் பின்னலிட்ட ஜடை; சங்குச் சுருக்கமிடும் கழுத்து . . . உன் அழகு அங்கம் ஒன்றையும் நான் மறக்கவில்லை. (காலவெள்ளத்தின் சுழிப்பிலே நான் மறந்து விடுவேனா?)

காலவெள்ளத்தின் சுழிப்பிலே, உதிர்ந்த மலர்கள் உருண்டு, அழிந்து, மரணவேதனையிலும் வேடிக்கை காட்டிக்கொண்டே மறைகின்ற . . .

பூரண சுகம். புனர்ஜன்மம். நீ உன் சேவைகளால், தாயும் தாதியுமாக, விழி உறக்கம் துறந்து, செய்த சிச்ருஷைகளால் சுகமடைகிறேன். விண்ணிலே பறப்பதற்குப் பிரயத்தனப்பட்டுக் கொண்டிருந்த என் உயிரைப் பிடித்து, என் உடல் என்ற கோணிப் பைக்குள் வைத்துத் தைத்து, உயிரோடு நடமாடச் செய்தாயா?

> நான் உனக்கு மிகவும் கடமைப்பட்டவன். தாத்தாவுக்கு மிகவும் கடமைப்பட்டவன். அவரின்றி நீ வந்தாயா?
>
> எது எப்படியோ, நான் உங்களுக்கெல்லாம் கடனாளி.

லில்லி, லில்லி! அந்தச் சம்பவத்திற்குப் பின்னர் என் உலகம் சுருங்கிற்று. நிலத்தின் பரப்பையும் அதில் அறுவடையாகும்

உணவுப்பொருட்களின் அளவையும், மக்களின் ஜனன மரணக் கணக்கையும் வைத்துக் குறளி வித்தை காட்டி, எத்தனையோபேர் பொருளாதாரத்தில் தத்துவ டாக்டர் பட்டம் பெற்றுவிட்டார்கள். மால்தஸ் என்ற அவிவேக பூரண குருவின் பரமார்த்த சீடர்கள் இந்தக் கணக்குகளை எந்தக் குதிரை முட்டைக்குள்ளிருந்து கண்டுபிடித்தார்கள்?

பசியில் உற்பவித்து, நித்திய பசிப்போராட்டத்தில் ஈடுபட்டுள்ள இந்த மக்கள் தொகையினர் எங்கே?

சுருங்கிய என் பிரபஞ்சத்தில், செல்வம் சிந்திக்கிடக்கும் கன்னிமை குலையாத ஒரு விநோத பிரபஞ்சத்தில், நீயும் நானும் வாழுகிறோம். கனவா, நினைவா? உறக்கமில்லாக் கனவுகள்; விழிப்பில்லா நினைவுகள்.

அந்த உலகத்தில் ஒருநாள்.

'உனக்கு எப்படி நன்றி தெரிவிப்பதென்றே எனக்குப் புரியவில்லை.'

'எதற்கு?'

'உயிர் அளித்ததற்கு!'

'உயிரை நான் தந்தேனா? அற்பத் துரும்பையேனும், ஆண்டவன் சிருஷ்டித்த பொருட்களின் துணையின்றி உண்டாக்க இயலாத மானிடர் நாங்கள். மேதாவிலாச வெளிச்சம் போடுவதற்கு மட்டும் குறையில்லை. உங்களுக்கு உயிர் தந்தவர் கர்த்தர். நான் தினமும் நிதமும் அவருக்குப் பிரார்த்தனை செய்தேன். இந்த அபலையின் இதய சுத்தியான பிரார்த்தனைகளுக்கு இரங்கினார்.'

'கர்த்தர் எங்கே இருக்கிறார்? யோசெப் சுவாமியாரே! உம்முடைய மனதிலே விகார எண்ணங்களை உருட்டிக்கொண்டு சதா பைபிளை வாசித்தால், ஏட்டின் பக்கங்களின் இடுக்குகளில் அவர் பிரஸன்னமாகப் போவது கிடையாது. அவர், லில்லியைப் போன்று கிறிஸ்தவத்தை நெறியாகக் கொண்டவர்களின் ஒவ்வொரு செயலிலும் காட்சியளிக்கிறாரா?'

'இருப்பினும் உன் சேவைகள்?'

'மனிதக் கடமை.'

'என் இதயக்குலையை, என் வசத்திலிருந்து நீயாக்கியதும் கடமையா?'

'யார், யாருடையதை முதலில் திருடியது?'

'நானா? அதற்குத் தண்டனை அனுபவிக்க நான் தயார்."

'தண்டனை தருவதற்கு நான் யார்?'

'மன்னிப்பதற்கும் தண்டனையளிப்பதற்கும் உரிமையுள்ளவர் இயேசுநாதர். அவரிடம் கேளுங்கள்.'

உன் ஆள்காட்டி விரலினால் சுட்டுகிறாய்.

உன்னைக் காணவில்லை. உன்னால் சுட்டப்பட்டதாகக் கற்பித்த சுவரைப் பார்க்கிறேன்.

ஆள்காட்டிவிரல் சுட்டி நின்ற இடத்தின் சுவர்ப் பகுதியில் நிலைக்கும் கண்கள். பாவிகளுக்காகப் பாடுபட்டு, உயிர் நீத்த, கன்னிமரியாளின் உத்தம மைந்தன் இயேசுநாதருடைய படம் தொங்கிக்கொண்டிருக்கிறது. அதன் முகத்தில் வெளிச்சம் பரவ, உன்னால் ஏற்றப்பட்ட மெழுகுவர்த்தியின் முனையில் குதித்துத் துள்ளும் சுடரில் பார்க்கிறேன். முள்முடி தரித்தும், அன்புடன் முறுவலிக்கும் அருள் கொண்ட இரட்சகரின் கருணைக் கண்கள் என்னை அழைக்கின்றன. மனம் ஆகர்ஷண சக்தியில் சுழல்கிறது. ஓவியத்திற்கு ஆகர்ஷண சக்தியா?

சுத்த 'ஹம்பக்!' அரசியல்வாதிகளைப் போலவும், எழுத்தாளர்களைப் போலவும் நன்றாகப் புளுக வருகிறதே! படம்? காகிதத்தில் வண்ணங்களைக் குழைத்து அப்பியிருக்கிறார்கள். இதைப் பார்க்கிலும், பிரஞ்சு அழகிகள் இருட்டறைத் தொழிலைப் பக்குவமாகச் செய்யும் போஸுகளில் வெளிவரும் படங்கள்? முகச்சுழிப்பு ஏன்? படம் என்றால் படந்தானே?

ஆகர்ஷண சக்தியின் உண்மை வேறு.

லில்லி, உண்மையில் படத்திற்குப் பக்கத்தில், நீ நின்றுதான் என்னை அழைக்கிறாய். பக்தியுள்ள கிறிஸ்தவக் குடும்பம். 'சனிக்கிழமை செய்த பாவங்களுக்கும், திங்கட்கிழமை செய்யப்போகிற பாவங்களுக்கும், ஞாயிற்றுக் கிழமை அறிக்கை செய்யும்' ரகத்தைச் சேர்ந்த கிறிஸ்தவர்களல்ல. கர்த்தரின் திவ்விய நாமமும், ஏசு பெருமானின் திருப்போதனைகளும் உங்களுடைய வாழ்க்கையில் இரண்டறக் கலந்த ஒன்று. தாத்தாவுக்கு, மத நம்பிக்கைகளுக்குப் பின்னர்தான் விஞ்ஞானம், தர்க்கம், மனிதத்தன்மை!

இந்த வட்டத்திற்குள் நுழைந்து, உன்னை நான் ஆகர்ஷிக்க வேண்டுமாயின், நான் இயேசுநாதரினால் ஆகர்ஷிக்கப்பட்டவனாகுக . . .

ஞாயிறு தோறும் உன்னைத் தேவாலயத்தில் சந்திக்கும் வாய்ப்புக் கிடைக்கிறது. அங்கு என்னைக் காணும் தாத்தாவின் உள்ளம் மகிழ்ச்சியினால் பொங்குகிறது. இயேசுநாதரின் ஒளி என்

அகத்தில் புகுந்துவிட்டதாக வாய்விட்டே சொல்லுகிறார். என் உள்ளத்தில் புகுந்திருப்பது தன் பேத்தியின் அன்பொளியென்பதை அவர் அறியமாட்டார். அவருடைய வாழ்க்கையில் நிரம்பியிருப்பது இயேசுநாதரின் போதனைகளும் தமிழும்! அணுயுகத்தின் காதல் உணர்ச்சிகளின் நெளிவு சுழிவுகளை அறியமாட்டாதவர். கல்யாணம் செய்துகொண்ட பின்னர்தான் அகநானூற்றின் உண்மைக் கருத்துகளைத் தெளிந்துகொண்டவர்.

ஞாயிறு திங்களாக, மறுபடியும் சனி ஞாயிறாகச் சென்ற பொம்மலாட்டங்களில் பூத்த, நத்தார் பண்டிகையை அண்டி வந்த ஞாயிறு. அன்று தாம்பரத்துத் தேவாலயத்தில் விசேஷ ஏற்பாடு. என் தலைமீது தண்ணீர் தெளிக்கப்படுகிறது. வெறும் 'பச்சை'த் தண்ணீர்! ஞானஸ்நானம் வழங்கிவிட்டார்களாம். அப்பொழுது உன்முகம் மகிழ்ச்சியில் பிரகாசித்ததை நான் மறக்கவில்லை. உங்கள் மொழியில், நான் அஞ்ஞான மதத்தை விட்டு, ஞானியாகிறேன். பட்டுக்குஞ்சத்தைப் போல, 'சாமுவல்' என்ற புதுப்பெயரும் – ஞானஸ்நானப் பெயரும் கொள்ளுகிறது.

இது என்ன சம்பிரதாயமோ, என்ன இழவோ?

என் உள்ளத்தில் புதிய உணர்வுகள். புதிய உற்சாகம். புதிய பசி. நான் பசிபிடித்தவனா?

> அம்மா! அந்தக் காலத்தில், 'பசி, பசி,' என்று சதா துளைப்பேனே!
>
> 'எதைக் கொட்டியும் இவன் வயிறு நிரம்பவில்லையே. இதென்ன அகோரப் பசியோ? இவ்வளவு விழுங்கியும் உடல் சுள்ளியாகத்தானே இருக்கிறது' என்று சலித்துக் கொள்வாயே! அந்தப் பசி வேறு; இன்று லில்லி மீது ஏற்பட்டிருக்கிற பசி வேறு.

இது வாழ்க்கைப் பசி. வாழவேண்டுமென்ற பசி. வாழ்வதனாலே தீர்த்துக்கொள்ளும் பசி.

பசியிலே தவிப்பவனைப் பரீட்சை நெருக்குகின்றது. பாஸாகிவிடலாம். வகைவகையான நோட்ஸுகள் பஜாரில் மலிவாகக் கிடைக்கும்பொழுது அதில் என்ன சந்தேகம்?

> பரீட்சை – பாஸ் – உத்தியோகம்! சிலந்திப் பூச்சி இழுக்கும் ஒரே இழை. அப்புறம்?2
>
> அப்புறம்?

மனிதனின் அவதாரத் தொழில்; சிருஷ்டி வேலை. தன் சாயலில் மனிதக் குஞ்சுகளை உற்பத்தி செய்துகொண்டே . . . பசி கொண்ட உலகத்தில், பசிகொண்ட பிஞ்சுகளை உற்பத்தி

செய்யும் பசி. அதற்கு ஆகாரம்? இல்லை. சிருஷ்டித் தொழிலுக்கு கனிப்பொருள். கல்யாணம் என்ற லைசென்ஸுடன் கிடைக்கும் பெண் என்ற சாதனம் தேவை. அவள் யார்?

நீயேதான், லில்லி! வேறு யாருமில்லை. முள்முடி தரித்த யேசுநாதரைப் போல, எத்தனை இரவுகள் தூக்கமின்றி விழித்திருந்து, தலையில் ஏறாது உள்ளத்தை உறுத்திக்கொண்டேயிருக்கும் முள்முடியுடன் . . . உள்ளத்தில் குடியேறியிருக்கும் பசி!

பசி?

அது?

புதிய கலையைக் கற்கும் வேட்கையல்ல!

பாக்கியம், அதற்கு நீ!

பொழுது போக்குக்கா? அல்ல.

சாந்தி, உன் கணையாழி என் விரலிலிருக்கும் வரை உன்னை மறந்தேனா?

கல்யாண ஆசை பசி கொள்ளுகிறது. அப்பாவைக் கண்டு தொடை நடுங்கி, அவருடைய இஷ்டத்திற்கு விரோதமாகச் செல்லக்கூடாது என்று நினைத்திருந்த காலம் – அந்தப் பருவம் – காலவெள்ளத்தின் மணற்படுக்கையில் அமுங்கிவிடுகிறது. பெற்றோர்கள் துச்சம் – தூசு! பெற்றோருக்குப் பிள்ளைகளில், பிள்ளைகள் பெற்றோர்களாகித் தங்கள் பிள்ளைகளில் என்ற தொடரில் பாசம் வளருகின்றது . . . கீழ்ப்படிவு என்பது அவர்கள் தயவில் வாழவேண்டுமென்ற நியதி இருக்கிற வரையிலேதான் . . . மற்றும்படி, பக்தி – கீழ்ப்படிதலெல்லாம் சுயசம்பாத்தியத்தில் உயிர்வாழ முடியுமென்ற நம்பிக்கை பிறக்கு மட்டுந்தான். நடிப்பு, மனித நாடிகளில் – இரத்தத்துடன் கலந்து ஓடுகிறது.

அப்பா! கல்யாணம் உனக்கல்ல. ஏன் உன் இஷ்டப்படி நடக்கவேண்டும்? அம்மா! மாலைவேளைகளில், நீ உன் வீட்டிலிருந்து அப்பா வீட்டிற்குக் கொண்டுவந்த அந்தப் பெரிய குத்துவிளக்கேற்றச் சம்பளமில்லாத வேலைக்காரி ஒருத்தி பிடித்துத் தரும் வேட்கையல்ல. பசித்த எனக்குத் திருமணம் தேவை.

எனக்கு ஒரு மனைவி – காரியம் யாவற்றிலும் கை கொடுத்து உதவும் ஒரு துணைவி – வேண்டும். அது என் இஷ்டம். வாழப் போகிறவன் நான்.

அப்பா, நீ அமுங்குப் பிடியன். நீ, விரையமாக்கிய விதையில் விகர்சித்து வளர்ந்த நான், உன்னிலும் பார்க்க அமுங்குப்

பிடியன். என்ன இருப்பினும், நான் லில்லியின் விஷயத்தில் அழுங்குப் பிடியன்தான்.

கடலும் நதியும் குலவும் கழிமுகத்தின் சுழிப்பிலே நாட்களென்ற சருகுகள் அழிந்து, சிதைந்து, சிதறி . . .

பரீட்சை முடிவுகள் வருகின்றன. நீ பாஸ். எனக்கும் வெற்றி.

என்னைப் பொறுத்தவரையில் மூர்மார்கட் நோட்ஸ் நீடூழி வாழ்க!

o o o

தாம்பரத்தில் ஏமாற்றம் காத்திருக்கிறது. நான் உன்னையும், உன் நிழலான தாத்தாவையும் தேடிக்கொண்டு, உதகைக்கே வரவேண்டியிருக்கிறது.

வாழ்க்கையில், முதல்தடவையாக, மலைவாசஸ்தலத்திற்கு வரும் மகிழ்ச்சிகூடக் கிடையாது.

குளிர்ப்பிரதேச அனுபவம் பாக்கியத்திடம் கிடைத்துவிட்டது என்றா?

முகிற்கூரைகளைக் கிழித்து நிற்கும் மலைமுகடுகள். சீதளக் காற்றில், கொள்ளை மணம் பரப்பும் யூக்கிலிப்டஸ் மரங்கள். அதன் சரிவு முழுவதும் உருளைக்கிழங்குத் தோட்டம். பச்சையும் – நீலமும் – குளுமையும் உள்ள பிரதேசத்திற்கு வந்துவிட்டேன். –

உன்னைத் தேடி –

உன்னைக் கண்டேன்.

லில்லி! என் உள்ளத்தின் அக்கினி. (அது பசியா, அக்கினியா) தணியவேயில்லை.

அறையில், தாத்தா கணப்பிற்கு முன்னாலமர்ந்து ஏதோ புத்தகம் வாசித்துக் கொண்டிருக்கிறார். நீயும் நானும் வெளியே வருகிறோம். பின்கட்டிற்குப் பின்னாலுள்ள இடத்தின் எல்லையில் வளர்ந்திருக்கும் யூக்கிலிப்டஸ் மரத்தின் கீழ் அமர்ந்திருக்கிறோம். கீழே அதள பாதாளமாக இறக்கம் – சரிவு.

மௌனத்தில் – மனக்குகையில் மட்டும் பூதாகார இரைச்சலிட்டு – நகரும் நிமிஷங்கள்.

'என்ன, எப்பிடி?'

'எந்த நூலின் தலைப்பை இழுத்து பேச்சு வலையைப் பின்ன ஆரம்பிப்பது?'

மனம் சிந்தனை நீரில் தெப்பமாக . . .

விரல்கள், மற்ற கைவிரலிலுள்ள மோதிரத்தில் தேய்த்து . . .

மோதிரத்தைப் பார்க்கின்றேன் . . .

அதன் முகப்பில் 'எஸ்' என்ற அட்சரம் துலக்கமாகத் தெரிகிறது.

சாந்தி! அது நீ அளித்த மோதிரம். எவ்வளவு நம்பிக்கைகளுடன் தந்தாயோ? இப்பொழுது . . .

விரலில் கழற்றி வைத்துப் பார்க்கிறேன்.

வட்டமான மோதிரம்.

வட்டமான நினைவுகள்.

என்னை மறந்த, கணத்தின், ஒரு பிரிநேரத்தில் . . .

டக் –.

கையிலிருந்த மோதிரம், நழுவி, சரிவில் உருண்டு, கண்காணாத எங்கேயோ மறைந்து விடுகிறது.

சாந்தி! அந்தக் கணையாழியைப் போன்றுதான் நானும் உன்னைப் பொறுத்தவரையில் மறைந்து விட்டேனா?

(நான் என்ன செய்வது. மண்ணிலிருந்துதான் தோன்றியது, மண்ணிற்கே செல்கிறது. அது பொன் என்றால் என்ன? பெண் என்றால் என்ன?)

நீ துடிக்கிறாய் லில்லி . . .

"ஐயோ உங்கள் மோதிரம்."

"பரவாயில்லை. சகுந்தலை கொடுத்த கணையாழியை துஷ்யந்தன் இழந்ததினாலேதான் ஒரு அமர காதற்காவியம் தோன்றியது. லில்லி என்ன, முன்னர் பின்னர் எனக்கு அறிவிக்காமலே, உதகைக்கு 'காம்ப்' வந்து விட்டீர்களே?"

"தாத்தா ஏதோ அவசர காரியமென்று என்னையும் அழைத்து வந்தார்."

"நானும் அவசர காரியமாகத்தான் அக்கரைச் சீமையிலிருந்து உங்களைத்தொடர்ந்து வந்தேன் என்பது தெரியுமா?"

"அந்த அவசர காரியமாக நீங்கள் எப்போ வருவீர்களென்று நான் தவம் கிடந்தேன் என்பது தெரியுமா?"

"உங்கள் மீது கொண்ட காதலினால், கங்கு கக்கும் எரிதழலுடன்தான் தவிக்கிறேன்."

"எப்பொழுதோ சந்தித்த நதியுடன் சங்கமித்து, வாழ்நாள் பூராவும் கரம்கோர்த்து கடலைநோக்கிப் பிரயாணமாகலாம் என்று நீர்ச்சுழிவுகள் கொண்டு ஓடிக்கொண்டிருக்கும் நதி நான்."

எஸ். பொன்னுத்துரை

"நானுந்தான்."

நான் உன்னைக் காதலிக்கிறேன்.

நீ என்னைக் காதலிக்கிறாய்.

இருவருமே ஒருவரை ஒருவர் காதலிக்கிறோம்.

காதல்! காதல்!!

உள்ளத்தில் இனிய நாதம் கொட்டப்படுகிறது.

காதல் என்றால் என்ன? இரு தோல் ஜன்மங்களின் கூட்டுக்களிப்பும் நீராட்டமுமா? வண்டு மலர்களிலே மது சேர்க்கும் வித்தையை மனிதர் அபிநயிப்பதா? இல்லை. உன்னைப் பொறுத்தவரையில், என்னைப் பொறுத்தவரையில், அது ஒரு தெய்வீக உணர்ச்சி. ஒரு ஆணும் ஒரு பெண்ணும் பரஸ்பரம் ஒருவரை ஒருவர் விரும்பி, ஒருவரின்றி மற்றவர் வாழ இயலாது என்ற எழுச்சி இருவர் மனதிலும் ஒரே சமயத்தில் எழுவதுதான் காதல். அது சுடாத தீ ஜுவாலை; உறையாத மூடுபனி. மானிடரின் துன்பங்களைக் கூட இன்பமயமாக்கும் ரஸகுளிகைதான் காதல்.

எங்கேயோ, எப்பொழுதோ, படித்து மனனம் செய்த தத்துவமா?

இந்தா, இன்னும் சற்று நேரத்தில் சரசு வருவாள். (நிச்சயம் வருவாளா?) அவளிடம் நான் ஐந்து ரூபா நோட்டை வீசியெறிந்தால் சகல இன்பமும் தருவாள். அவளிடம் அனுபவிக்கக் கூடிய இன்பமும் உன்மீது நான் கொண்டிருக்கும் எழுச்சியும் ஒன்றா?

காதலுக்கும் காமத்திற்கும் என்ன வித்தியாசம்?

காதல் வைரம், காமம் கரித்துண்டு என்றால்; – இரண்டும் பாலுணர்ச்சி என்ற அடிப்படைக் 'கார்பன்' வம்சத்தைச் சேர்ந்தவைதானே?

"ஆறிய கஞ்சியும், ஆறப்போடும் காதலும் சுவையிலும் தரத்திலும் குறைகின்றன."

"அதற்காகக் கஞ்சியைச் சுடச்சுட வாயிலே ஊற்றி நாக்கை வேக வைத்துவிடக் கூடாதல்லவா? இது மட்டும் உறுதி. உங்களுடைய மனைவியாக வாழப்பிறந்தவள் நான்."

"தயக்கம்?"

"தாத்தாவை உங்களுக்குத் தெரியும். அவர் ஆசீர்வாதம் எப்பொழுது கிடைக்குமோ அப்பொழுதே திருமணம்."

அழுங்குப் பிடியன் அப்பாவையே நான் துச்சமாக மதிக்கும்பொழுது, நெற்றித் திரை விழுந்து, கல்லறை

அமைதியை நாடும் வாழ்க்கை விளிம்பிலே நிற்கும் நரை கிழத்தை பொறுப்புச் சாட்டுகிறாளே!

"கல்யாணம் தாத்தாவுக்கல்ல."

"தெரியும். ஆனால் எனக்காக வாழ்பவர் தாத்தா. அவர் உள்ளத்தைப் புண்படுத்தி என்றும் வாழவும் மாட்டேன். அதே சமயம் என் இஷ்டத்திற்கு விரோதமாக நடக்கவும் மாட்டார். நீங்கள் அவர் இஷ்டத்தையும் அறிந்து கொள்வது . . ."

"ஒருகால் அவர் சம்மதிக்காவிட்டால்?"

"ஏன் எடுத்த வாக்கில் அபசகுனமாகப் பேசுகிறீர்கள்? காலையிலேகூட என் கல்யாண விஷயமாக ஏதோ பேச்சு எழுந்தது. அவர் மனமும் இந்த விஷயத்தில் நிலை குத்தி நிற்கும்பொழுது, நீங்கள் பேசுவது பொருத்தமாக இருக்கும்."

'என் இன்பமாளிகை சீட்டுக்கட்டிலான வீடாகி விடக்கூடாது.'

'காதல் காதல் காதல் . . .'

'இன்றேல் சாதல் சாதல் சாதல்!'

"லில்லி!" – இதயத்தின் அடித்தளத்திலிருந்து இசை எழுப்பி அழைக்கிறேன்.

நீ நகர்ந்து, எனக்கு மிக மிக நெருக்கமாக உட்காருகிறாய். என்றுமே ஜ்வலிக்காத உறவு நெருக்கம் உனது செயலில் மின்னுகிறது.

"நீங்கள்தான் என் கணவர். மனதில் நிறுத்திவிட்டேன்; பூர்வமாக வரித்துவிட்டேன். இல்லையேல் . . ." –

தேம்புகிறாய்.

ஆனந்தக் கண்ணீரா? சோகத்தின் திவலைகளா?

"இல்லையேல்?"

"கன்னி."

பனிப்புகாரை ஊடறுத்து வரும் மங்கிய நிலவொளியில், ஆவல் கவிந்து உன் முகத்தைப் பார்க்கிறேன் . . .

அதில் என் உணர்ச்சிகளுக்கும் இஷ்டங்களுக்கும் பூரண இசைவான பாவம் துளிர்த்திருப்பதை நான் அறியமாட்டேனா? நான் அரிவரியல்ல!

அமர்ந்தபடி உன்னை அணைத்து முத்திக்கிறேன். எவ்வளவு நீண்ட நேரம் . . . இதழ்களில் எச்சில் ஊறுகிறதா? அமுதத்தின் மாற்றுப் பெயர்தான் எச்சிலா? . . .

. . . நேரம் கனத்துப் பாரத்துடன் செல்ல, பிணையல் சோர்வுடன் பிரிந்து . . .

"நான் ஒருகால் கன்னியாகவே வாழ்ந்தாலும், உங்களுக்காக – உதகையில் ஒரேயொரு நாள், பரந்த வெளியில், உங்கள் மனைவியாக இருந்தேன் என்ற நிறைவான நினைவுடன் வாழுவேன் . . ."

வார்த்தைகளை முடிக்காமலேயே, முகத்தைக் கைகளில் புதைத்துக்கொண்டு ஓடுகிறாய் . . .

உன்னை அனுபவித்த அந்த இரவு . . .

அதுதான் உன் முகத்தைப் பார்த்த கடைசி இரவும்!

❍ ❍ ❍

கணப்பின் முன்னால் குந்தியிருக்கிறார் தாத்தா. உள்ளமும் கனன்று கொண்டிருக்கிறது. என்ன யோசனையோ, என்ன நிஷ்டையோ? தாடையில் முளைத்திருக்கும் தாடிமயிரை எண்ணுபவர் போல, தடவுகிறார். அவர் உள்ளம் எதைக் கணக்கிட்டதோ?

என் செருமற் சத்தம், அவரை, அவர் வாழும் உலகத்தில் அவராகிறது.

"வா,வா. மதியத்தில் நீ இங்கு வந்ததிலிருந்து பேச நினைத்தேன் ... நினைப்பும் – நிசமும் சந்திக்காத வட்டம். சிலோன் சீமையில் உனக்கு நல்ல உத்தியோகம் கிடைத்திருக்கிறது என்று லில்லி சொன்னாள். அந்தக்காலத்து சிலோனா, இன்று? இந்தக் காலத்தில், அங்குகூட உத்தியோகங்கள் வீதியோரத்துப் புளிய மரத்தில் தொங்கிக் கொன்டிருக்கவில்லை. எப்படியிருந்தாலும், தமிழன்னையின் தொண்டினை மறவாதே. கல்லூரி வாழ்க்கையில் கவிஞராக அரும்பியவர்கள் பலர்; அந்த இளங்கவிஞர்கள் பணச்சம்பாத்தியம் என்ற சூறாவளியின் வசப்பட்டு, அன்னையை மறந்து, கருகிய மொட்டுகளாகி விடுகிறார்கள் . . ." – தவளைப் பாய்ச்சலைப் போன்று, தத்தித் தத்தி, பல விஷயங்கலைத் தொட்டந் தொட்டமாகத் தொடுகிறது.

"தமிழ்த் தாய்க்கு என் பணியின் பங்குண்டு. தமிழ் என் மூச்சு. அம்மூச்சு என் வாழ்வுடன் ஒன்றி வளம்பெற, உங்கள் ஆசி . . ."

"நிச்சயமாக உண்டு."

"நல்ல மனையாள் – அடிசிற்கினியவள் – மறையோதிய வள்ளுவருக்குக் கிடைத்த வாசுகி அம்மையைப் போல ஒருத்தி கிடைத்தால், வாழ்க்கைச் சோலை மணமுள்ள கவிதை மலர்களைச் சொரியும் என்றீர்கள்."

"வாஸ்தவம்."

"அந்த இல்லற வாழ்க்கையில் குதிக்க, உங்கள் ஆசீர்வாதம் பெற்றுச்செல்லத்தான் உதகைக்கு உங்களைத் தொடர்ந்து வந்தேன்."

"பெண் பார்த்துவிட்டாயா? யார் அந்தப் பாக்கியவதி?" – சாதாரணமாக உங்கள் குரல் ஒலித்தாலும், உன் தாத்தாவின் குரலில் கொப்பளித்துப் பாயும் அவசரத்தை என்னால் உணரமுடிகிறது.

"... ... ..."

லில்லி, நீதானே, நான் பார்த்த மணப் பெண்?

"என்ன தயக்கம்?"

"கோபித்துக்கொள்ள மாட்டீர்களே?"

"கோபிக்க என்ன இருக்கிறது. ஒரு ஆணுக்கு எந்தப் பெண்ணையும் விரும்ப உரிமை இருக்கிறது. தடுக்க வேலியில்லை. அதை வெளியிடுவது நேர்மை; திராணி மிக்கது. நான் கிழவன். பழக்க தோஷத்தினால் வாலிப உள்ளங்களின் எழுச்சிகளைப் புரிந்துகொள்ளுகிறேன். தயங்காமல் சொல் . . ."

"நான் கேட்பது வரம். என்னைக் கரம் பற்றும் பாக்கியவதி உங்கள் பேத்தி லில்லி."

நிசப்தம். அசைவற்ற, காற்றற்ற, ஒலியற்ற, ஒரு பிராந்தியத்தின் பேரமைதி.

தாத்தாவின் கபில நிறக் கண்களைத் தழுவி நிற்கும் ஓரங்களில் நீர் ஊறி முத்தாவதை அவதானிக்க முடிகிறது. ஒரு கணம் . . . பல கணங்கள் . . . கனத்த உள்ளத்தில் கனன்றெழும் பெருமூச்சு.

மௌனத்திரையைக் கிழித்து, "குழந்தை! ஆறுதலாகக் கேள். தெய்வம் சக்திமிக்கது. ஒரே சமயத்தில், ஒரே வரத்தைப் பல பக்தர்களுக்குக் கொடுக்குமாம். இது மனித சாத்தியமா? ஒரே வரத்தை இருவருக்கு வழங்க இயலாது. நான் சத்தியத்திற்கு கட்டுப்பட்டவன். நீ கேட்கும் இதே வரத்தை பலப்பல ஆண்டுகளுக்கு முன்னர், இன்னொரு ஜீவனுக்கு வழங்கிவிட்டேன்."

ஆகாயத்தை வெறும் வெளியென்று சாதித்த விஞ்ஞானிகள் முட்டாள்கள். அவை பாறாங்கற்களாக இடிந்து என் தலைமீது எப்படி விழமுடியும்? நான் பாறாங்கற்களுக்கிடையில் நசிந்து, உணர்விழந்து, பாறாங்கல்லாக . . .

"இப்படி ஒரு நாள் என்னிடம் நீ கேட்பாய் என்பது எனக்குத் தெரியும். கல்லூரிக் காதலென்பது காம்பவுண்டைத்

தாண்டியவுடன் மறைந்துவிடும் பனிப்படலம், என்பது நான் வாழ்க்கையில் நான் கண்ட அனுபவம். அனுபவத்துடன் இணைய மறுக்கும் அசாதாரண நிகழ்ச்சிகளும் உண்டு. 'ஒரு சமயம் அரும்பிய காதல் வேரூன்றி, விருட்சமாகி...' என்று நினைத்துமிருக்கிறேன். நான் படு கோழை. அந்த நாளை ஒத்திப்போட்டுக்கொண்டே வந்தேன்... இனியும் ஒத்திப் போட இயலாது என்ற நிலையில் உதகைக்கு வந்தால், நீயே இங்கு வந்துவிட்டாய்... உன்னையே வரம் கேட்கும் அகதி நிலையில் நான் இருக்கிறேன்."

ரகஸ்யங்களைத் தன்னுள் அடக்கும் கற்பனைப் புழுதிப் படலம் இருவருக்குமிடையில் திரை விரிக்கிறது.

'குருதெட்சணையா?"

'அப்படியே வைத்துக்கொள் நீ விரும்பினால் . . .'

'ஏகலைவனிடம், அவன் கலையின் சூட்சுமமான கைப்பெருவிரலையே காணிக்கை கேட்ட துரோணாச் சாரியாரைப் போன்றா?'

'... ...'

எண்ணச் சுழலும் நீளும் மௌனம்.

"மகனே, உணர்ச்சிகளை விடுத்து, அறிவுக்கு முதலிடம் கொடுத்து, நான் சொல்லப் போகும் கதையை அமைதியாகக் கேள். பழங்காலத்துக் கதை. உன்னை ஒத்த வயதிலேதான் எனக்கு விவாகம் நடந்தேறியது. பெரியோர்கள் பார்த்துப் பேசி நிச்சயித்த பெண். மனம் நிறைந்த மணவாழ்க்கை. பூத்துக் குலுங்கும் பூக்காடு. ஆனால் அதற்கு ஆயுசு அற்பம். ஆசைக்கு ஒரு பெண்ணும் ஆஸ்திக்கு ஒரு ஆணுமாக இரண்டு பிள்ளைகள் . . . அத்துடன் என் மனைவி இறந்து போனாள். இரண்டு கண்மணிகளிலும் உயிரை வைத்து வாழ்ந்தேன்; வளர்த்தேன். அவர்கள்தம் வருங்கால வளம் கருதி என் வாலிப உணர்ச்சிகளைச் சிதையேற்றினேன் ... என் மகளுக்குக் காலாகாலத்தில் விவாகம் நடந்தேறியது. அவள் ஒரு ஆண் மகவைப் பெற்றாள். தன் உயிரையே அவனுக்குத் தானமளித்துவிட்டவளைப்போல, பிரசவ வீட்டிலிருந்து எழுந்து அவள் நடமாடவே இல்லை... மரணப்படுக்கையில், அவள் எமனுடன் போராட்டம் நடத்திக்கொண்டு, பேசிய ஒவ்வொரு வார்த்தையும் கல்மேல் எழுத்துப்போல என் நெஞ்சில் பதிந்திருக்கிறது ...

இந்தப் பீடிகை, தீக்குழம்பைக் கக்குவதற்கு முன்னர் முறுவலிக்கும் எரிமலையை ஞாபகப்படுத்தியது.

"நான் பிஞ்சிலே சுடலை செல்கிறேன் . . . என் இந்த நிலைக்கு என் கணவரும் ஒரு காரணஸ்தர் . . . நான் இறந்து, என் பிரேதம் சவக்கிடங்கில் உக்குவதற்கு முன்னரே, அவர் என்ன செய்யத் திட்டமிட்டிருக்கலாமென்பது எனக்குத் தெரியும் . . . என் செல்வத்தின் – குலக்கொழுந்தின் வாழ்க்கை பாழாகிவிடும். ஆகவே, அவனை மனிதனாக்கும் சுமையை உங்கள்மீது பாரப்படுத்துகிறேன். என் தம்பிக்கு விவாகம் செய்து வைத்து, அவனுக்குப் பிறக்கக்கூடிய முதற் பெண்குழந்தைக்கு அவனைக் கட்டிக்கொடுக்கவும் மறக்காதீர்கள். இந்த வரத்தை எனக்குத் தாருங்கள்' என்று என்று கேவிக் கேவி வரம் கேட்ட வண்ணமே காலன் வசமானாள். ஆண்டுகள் ஓடின. என் மகனுக்கு விவாகம் நடத்தினேன். சொல்லிவைத்தாற் போல தலைச்சன் பெண் – அவள்தான் லில்லி, அவள் அத்தானுக்கென்றே பிறந்த பெண்ணென்று கொண்டாடினோம். இன்று என் பேரன் – காலஞ்சென்ற எனது மகளின் செல்வம் – வைத்திய டாக்டர் பட்டம் பெற்றுச் சொந்த ஊரிலேயே வைத்தியம் செய்கிறான். தன் மனைவிக்கான பெண்ணுக்கு, இந்தப் பரந்த பாரதத்தில் பஞ்சமில்லை. இருப்பினும், தாயின் அபிலாஷையைப் பூர்த்தி செய்வதற்காக இன்னும் பிரம்மச்சாரியாகவே வாழுகிறான் . . . அந்த டாக்டர் டானியலையும், லில்லியையும் சதிபதிகளாக என் மனத்திரையில் பார்த்து இன்புற்றிருக்கிறேன். பரீட்சை முடிவுகளும் வெளிவந்துவிட்டன. தக்க ஒரு சந்தர்ப்பத்தில் சொல்வதற்காகத்தான் லில்லியையும் அழைத்துக்கொண்டு உதகைக்கு வந்தேன்."

> தாத்தா! மனித உள்ளம் கண்ணாடியிலும் பார்க்க உடைந்துவிடும் சக்தியுள்ளது. அதைச் சம்மட்டியால் அடித்து நொறுக்க வேண்டாம்.

"உண்மை இதுவென்றால், தனக்காகத்தான் அத்தான் காத்துக்கொண்டிருப்பதை லில்லி எனக்குச் சொல்லியது கிடையாதே. . . மெல்லிய காதல் உணர்ச்சிகளை நீங்கள் இலக்கியத்தில் ரஸிக்கிறீர்கள். வாழ்க்கையிலும் ரஸிக்கப் பழகிக்கொள்ள வேண்டும். லில்லியின் உள்ளமெல்லாம் நான் நிரம்பியிருக்கிறேன். அப்படிப்பட்டவளால் தன் அத்தானுடன் திருப்தியாக வாழமுடியுமென்று நினைக்கின்றீர்களா? மனதினால் சலனப்படுவதைக்கூட விபசாரம் என்று கருதுபவர்கள் நீங்கள். 'காதலிருவர் கருத்தொருமித்து ஆதரவுபட்டதே இன்பம்' என்ற கூற்றுக்குப் பல நேர்த்தியான விளக்கங்கள் தந்தவர்கள் நீங்கள்."

> கிழங்களுக்கு காதலைப்பற்றிய வியாக்கியானத்தை இளைஞர்கள்தான் சொல்லித் தர வேண்டியிருக்கிறது. விசித்திர உலகம்.

“இளம் பருவத்து உணர்ச்சிகள், வாதப் பிரதிவாதங்களுக்குக் கட்டுப்படுவது கிடையாது என்பது நிசம். சிறுவயது தொட்டே டானியலை லில்லி ‘அண்ணா’ என்றுதான் அழைத்து வந்தாள். பருவம் அறிவதற்கு முன்னர், வார்த்தைப் பிரயோகத்திலுள்ள தவறினைச் சுட்டிக்காட்டுவது சிக்கல் நிறைந்ததென நினைத்தேன். அப்புறம் அவள் கல்லூரியில் சேர்ந்தாள். அவளுடைய படிப்பிற்குச் தடையாக இந்தச் செய்தியைச் சொல்லி வைக்க விரும்பவில்லை . . . காலமும் நேரமும் வருமென்று நம்பியிருந்தேன் ... சொல்ல வேண்டிய காலம் வந்துவிட்டது . . .

‘வாழ்க்கை ரோஜா மலர்ப்படுக்கையல்ல. நமது இனிய கனவுகளெல்லாம் நிறைவேறுவது கிடையாது. தியாகம் என்ற அக்கினிக் குண்டத்திலே, மனித ஆசைகள் எத்தனையோ பொசுக்கப்படுகின்றன ... ஒரு ஆசைக்காக இன்னொரு ஆசை, ஒரு இன்பத்திற்காக இன்னொரு இன்பம் பலியாக்கப்படவேண்டும் என்பது இயற்கை நியதி . . . உன்மீது எந்தத் தவறும் கிடையாது . . . கர்த்தரின் சோதனைகள் இவை. நான் என் வாதத் திறமையால் என் நினைவுகளே சரியானவை என்று நிலைநாட்ட இயலாது. உன் பாதங்களில் விழுந்து கெஞ்சாக் குறையாக மன்றாடிக் கேட்கிறேன். லில்லியை நீ மறந்துவிடுவதாக எனக்கொரு வரமருள வேண்டும். நீ என் மாணவனல்ல – என் பேரன்; லில்லி உன் தங்கை.”

கிழவா! சற்றுமுன்னர் நாங்கள் பழகிய நிலையைப் பார்த்திருந்தால் எங்களை அண்ணன் – தங்கை என்று கற்பிக்க உன் மனம் கூசியிருக்கும். வாழ்க்கை ரோஜா மலர்ப் படுக்கையாக இல்லாவிட்டாலும், மனித உள்ளங்கள் ரோஜாவின் இதழ்களைப் பார்க்கிலும் மிருதுவானவை . . . அத்தரின் வேட்கையினால் அவற்றைக் கசக்குகிறாயா?

“உங்கள் டானியலை இந்தக்கணம் இங்கு வரவழைத்து, என் இதயக் குலையை அப்படியே சத்திர சிகிச்சையின் மூலம் வெளியே எடுத்துவிட்டால், என்னால் எவ்வளவு இலகுவாக லில்லியை மறக்க முடியும்? ...லில்லி பிறக்காமலே இருந்திருந்தால், டானியல் நித்திய பிரம்மச்சாரியாய் இருக்கப் போவதில்லையே?”

“அதே கேள்வியை உன்னிடம் கேட்டுப் பார். லில்லி என்றொரு பெண் பிறக்காமலே இருந்திருந்தால், நீ என்ன செய்திருப்பாய்?... மனிதப் பிரச்னைகளை கதை ரூபத்தில் தீர்க்க முடியாது ... நான் என்றோ ஒருநாள் கர்த்தருக்குக் கணக்குக் கொடுக்கவேண்டும் . . .”

எறியப்பட்ட கல், குறி தவறி, சுவரில் பட்டு, திரும்பி வந்து என்னைத் தாக்குகிறது.

உன் தாத்தாவைக் கவனிக்கிறேன். அவருடைய கவனம் சுவரில் மாட்டப்பட்டிருக்கும் முள்முடி தரித்த இயேசுவின் படத்தின் மீது படிந்திருக்கிறது. மலைகளிலேதான் நதிகள் உற்பத்தியாகின்றன என்று சொல்லுகிறார்கள். ஆனால், அவை தாத்தாவின் கண்களிலிருந்தே உற்பத்தியாகின்றன என்ற எண்ணம் வெகு இயல்பாகத் தெரிகிறது...

என் தொண்டையும் அடைக்கிறது.

மௌனம்.

நாங்கள் பேசிக்கொண்டிருக்கும் அறைக்கு வெளியே, உன் விசும்பல் குரல் மௌனத்தைக் கலைக்கின்றது. அதில் பொறித்துத் தெறிக்கும் சோகம், என் உள்ளத்தை அனலிலிட்டு...

குருதெட்சணையாகப் பெருவிரலைத் தரித்துக் கொடுத்த ஏகலைவன் எங்கே? என் இதயக் குலையையும், அதனுடன் ஒட்டிக் கிடக்கும் இனிய ஆசைகளையும் அந்த ஆசைகளின் தளிர் நரம்புகளில் பூத்துக் குலுங்கும் இன்பமயமான கனவுகளையும் எடுத்து...

ஏசுநாதரின் சென்னியிலிருந்து முட் கிரீடம் மெதுவாக இறங்கி, என் தலையை நெரித்துக் கொள்ளுகிறது... தாத்தாவின் கண்களிலிருந்து வழிந்தோடும் நீர் தீயாக மாறுகிறது... 'லில்லியுடன் இனிதாக வாழலாம்' என்ற இனிய நினைவுகளை அந்த அக்கினி அசுரப் பசியுடன் விழுங்கி...

நான் அறையை விட்டு வெளியேறுகிறேன். ஊமத்தஞ் சாறை அருந்திய பைத்தியக்கார நிலை. குழப்பம்...சித்தப்பிரமையடைந்த ஒருவனைப்போல...

மனம் யானைப் பாரம் தாங்காது வலிக்கிறது...

பலநிறப் பூக்கள் பூத்துக் குலுங்கும் நந்தவனம். அப்பால், தென்னந்தோப்பு; தாழங்காடு... ஆனால், ஊமத்தம்பற்றை? என் உள்ளத்தில் முளைத்தனவா? அதன் சாற்றினைப் பருகிய உன்மத்த வேகத்தில்...

இங்கே?

(அசைபோடும் மனிதமாடு!)

எஸ். பொன்னுத்துரை

6. இரை

> உலகத்தின் அனுதாபத்தைப் பெற வேண்டுமென்றால், மனிதன் சாகவேண்டும். சாவைப்போன்றுதான், தேக நலிவும் அனுதாபத்தை வளர்க்கின்றது. இல்லாவிட்டால், அப்பாவுக்கு எப்படி என்மீது திடீரென அன்புச் சுனை ஏற்பட்டது? அப்படியல்ல. தந்தைகளின் அன்பு முகிலைப் போன்றது. அன்பு நீர்த்திவலைகள் கண்களுக்கு பிரத்யட்சமாவதில்லை.

ஏதோ நோய் என்னை வாட்டுகிறது. விசித்திர மான நோய். நோயென்று சொல்லிப் படுக்கையில் சரிய இயலாத நோய். மற்றவர்களுடைய கண் களுக்கு (ஏன் என் கண்களுக்கும் கூடத்தான்) புலப்படாத ஏதோ ஒன்று என்னை வாட்டுகிறது. கவலை வாட்டுகிறது. நான் வாடுவது என்னைப் பெற்றவர்களுக்கு கவலையைத் தருகிறது. (கவலையின் சிலந்தி வலைக்குள் சிக்கிக் கிடக்கும் கவலைகள்.)

பிரமச்சரியம், இல்லறம், வானப்பிரஸ்தம், துறவறம் என்று பருவ வாக்கில், மனித மனோ நிலையைக் கூறுபடுத்துகிறார்கள் . . . பிஞ்சிலே பழுப்பேறிக் பழமென்ற மயக்கத்தைத் தரும் மாங்காயைப் போன்று – அடிபட்டு, கண்டலுற்று, வெதும்பிய மாங்காயைப் போன்று, முற்றும் துறக்காத வானப்பிரஸ்த நிலை. உலக விவகாரங்களில் பசை உலருகிறது. கரம்பு நிலமாகச் சோடை கொண்ட மனம் சூன்யத்தின் நிறைவு? . . . உடல் என்ற கூட்டைச் சுமப்பதற்கு, இழுப்பதற்கு, இயங்க வைப்பதற்கு, வகையும் வக்குமின்றி, வாடை வீசும்

வெளியில் அனாதையாகக் கிடக்கும் சுடரைப்போல என் உயிர்... தினம் தினம் சருகாகக் கழியும் நாட்கள். நத்தையின் வேகம்; சாண் ஏற முழம் வழுக்கும் வேகம். (வேகமா? வேகமென்றால் என்ன?) மனம் சீழ்வடியும் புண்மயமாக வலியெடுக்கிறது. ஒரு கணம், உடல் சுமக்க இயலாத சுமையாக இருக்கிறது. அதை இயக்குவதற்கு உயிர் தத்தளிக்கிறது. மறுகணம், மனதில்– பாரத்தை – உயிரின் சுமையைத் தூக்கி நடக்க இயலாது உடல் தத்தளிக்கிறது. வண்டி தோணியிலும் ஏறும்; தோணி வண்டியிலும் ஏறும், எது, எது.

குப்பை நல்ல உரமாமே. வலியெடுக்கும் மனம், வளமுள்ள நிலமா? அதில் வளமான கற்பனைகள் முளைக்கின்றனவே! கற்பனையா? நினைவா? நினைவும் உணர்வுமில்லாக் கற்பனையா? (கற்பனையில்..?)

இனியவையாகத் தோன்றியவையெல்லாம், துன்பச்சாயலில் கருகுகின்றன. மங்கையரின் மிருதுவான பட்டுக் கன்னங்களை நினைவுபடுத்திய அந்தி வானம், கூரிய வாளினால் பிளந்தெறியப்பட்ட மூளி முண்டங்களிலிருந்து, பாயும் இரத்தத்தை ஞாபகப்படுத்துகின்றது. வேல்விழி மாதரின் சிங்காரப் போதையூட்டும் நயன சிந்துக்களை மனதில் நிறுத்திய விண்மீன்கள், பிணத்தை முழுசாக ஜீரணித்த சிதையிலிருந்து வெடித்துக் கிளம்பும் தீப்பொறிகளை ஞாபகப்படுத்துகின்றது. புன்னகை புரள, லளித அலை நெளிய, தேனூறும் குமரி இதழ்களை நினைவுறுத்தும் குங்குமச் சிமிழ், போர்க்களம் விட்டோடிய கோழையின் முதுகில் ஏற்பட்ட ரணகாயத்தின் சாயலைக் காட்டுகிறது. வளைந்த செப்பு நாணயத்தைப் போன்ற இமைகளின் உட்பக்கம் குடைந்திருக்கும் சின்னஞ்சிறு குகைக்குள் பயப் பிராந்தியுடன் விழிகள் குடியிருக்க மறுக்கின்றன. சொகுசான பஞ்சு மெத்தை. நான் படுத்துக்கொண்டதும் தீப்பற்றி எரிகிறது. உணர்ச்சிகள் மரத்துப்போகின்றன. சித்தம் குலைந்த பித்த நிலையில். லில்லி! (என் லில்லி!):– அது என் அழைப்பல்ல. என்னுள்ளிருந்து, என்னில் வேறாக, ஒரு சக்தி அழைப்பது உன் காதில் விழுகிறதா? உன் செவிகள் வானொலிப் பெட்டிகளா? என் தொண்டைக்குள் அஞ்சல் நிலையம் இருக்கிறதா?

'அனலிலிட்ட மெழுகைப் போன்று உருகுகிறான். துரும்பாக இளைத்துக்கொண்டிருக்கிறான்?' – அப்பா துடிக்கிறார்; அம்மா கலங்குகிறாள்.

கல்யாணச் சந்தையில் நல்ல விலைக்குப் போகவேண்டிய காளை இப்படி இளைத்துத் துரும்பானால், தன் பூரண

மதிப்பை இழந்துவிடும் என்ற கவலையா, அப்பா? இல்லை. நீ இப்பொழுது வெகுவாக மாறிவிட்டாய். வீட்டில் பேடு கூவிப்பொழுது விடிகிறது. நீ அம்மாவுக்குச் சிண்.

முட்டை; பால்; மேனாடுகளில், சுகாதார முறையில் புட்டிகளில் அடைக்கப்பட்டுக் கொள்ளை விலைக்கு விற்பனையாகும் சத்தான உணவுகள்; எல்லாம் உனக்குத் தரப்படுகின்றன. கரண்டி மூலம் வற்புறுத்தி ஊட்டப்படுகிறது. சுவரில் பட்டுத் துள்ளிவரும் ரப்பர் பந்தைப்போல, அந்த உணவுகள் குடலில் பட்டவுடன் குமட்டி வெளிவருகின்றன. எல்லாத் தெய்வங்களுக்கும் தர உத்தேசித்துள்ள இலஞ்சத் தொகையை 'நேர்த்திக்கட'னாக நிச்சயித்து, அட்வான்ஸாக நிக்கல் நாணயங்களைத் துணியில் முடிச்சிட்டு, மணிக்கட்டில் கட்டி ... இவை ஏன்? நோய்க்கு மருந்து? (லில்லிதான்!) சூரிய வெப்பத்தைத் தாங்காது உருகும் பனிக்கட்டியைப்போல, ஓடாக, எலும்புக்கூடாக, யானை கூடு விட்டதைப் போன்று, மெலிந்து கொண்டிருக்கிறேன்.

அந்த மெத்தைக் கட்டடத் தங்கநகை வியாபாரி அனுப்பி வைத்த காலண்டரின் தின இதழ்கள் முற்றாகக் கழன்று, பிய்ந்து, குப்பையுடன் குப்பையாக... எஞ்சியது டி.ஆர். ராஜகுமாரியின் வர்ணப்படம்!

'யானை உண்ட விளாங்காய். பையனுக்கு ஓய்வு தேவை. புதிய இடத்தில் புதிய சூழ்நிலையில், பழைய வாழ்க்கையின் நினைவு நிழல்கள் படியாதவாறு, வாழ வசதி செய்து கொடுங்கள். இது மனோவியாதி. மருந்திற்குக் கட்டுப்படாது' என்று சுளை சுளையாக பணம் பறித்த, மெத்தப் பெரிய டாக்டர். இறுதியில், கைவிரிப்புடன், தனது அபிப்பிராயத்தை இடுக்கி, மடக்கி ...

(அப்பாவும் அம்மாவும் மந்திராலோசனை நடத்தியதன் பயனாக ... இப்பொழுது அவர்கள் வெகு அந்நியோன்யம். ஹனிமூன் தம்பதிகளின் நெருக்கம்.)

நூற்றைம்பது மைல்களுக்கப்பால், ஒரு கிராமத்தில் மாமா வசிக்கிறார். பட்டின நாகரிக வளைவுகளுக்கும், பிஸினஸ் லயினுக்கும் மசிந்து கொடுக்காமல், விவசாயத்தில் ஈடுபட்டவர். வற்றாத வளநதி பாய்ந்தோடும் கரையில் செழித்து நிற்கும் நன்செய் நிலம். அவருடைய கழனி நிலத்திலிருந்து மூன்று கல் தொலைவில் காடு இருக்கிறது. நதியில் நாலுகல் தூரம் படகில் சென்றால், நதி கடலுடன் கலக்கும் முகத்துவாரத்தை அடையலாம். இயற்கையின் எழிலோவிய முத்திரை பொறிக்கப்படிருக்கும் அந்தப் பிரதேசத்திற்குச் சென்றால்?

சென்றால்?

ஏற்பாடு செய்கிறார்கள். எனக்கும் இந்த ஏற்பாட்டில் இனந்தெரியாத பிரியம் ஏற்படுகின்றது. பழைய முகங்களையும், இடங்களையும் பார்ப்பதிலுள்ள சலிப்புணர்ச்சியின் எதிர்த்துருவ இழுப்பா? (ஒரு பழகிய முகத்தை இழந்துவிட்டதினால், எல்லாப் பழைய முகங்களிலும் சலிப்பு ஏற்படுகிறதா) பிறந்த மண், சிறைக்கூடமா? அம்மாவை என் துணைக்கு அனுப்பி வைக்கிறார், அப்பா.

மேய்ச்சல் நிலத்தை நாடும் மாட்டைப்போல, அந்தக் கிராமத்திற்குச் செல்கிறோம்.

○ ○ ○

சிவகங்கணமா? வயல் வரம்பா? கோமணக்கோல, இந்நாட்டு மன்னனொருவன், பெட்டி சாமான்களுடன் முன்னால் நடக்கிறான். அப்பொழுதுதான் ருதுவாகி, மூலையில் கோரைப்பாயில் தலைகுனிந்திருக்கும் பெண் (நேற்றுவரை சிறுமி)ணின் நாணத்துடன், குடலை தள்ளிய பயிர்கள் சற்றே தலைசாய்த்து நிற்கின்றன ... அல்ல, தன்னை 'பெண்'பார்க்க மாப்பிள்ளை தத்தியார் வந்திருக்கின்றனர் என்ற லஜ்ஜையில்... வெட்கத்தைப் போக்க, காற்று அவ்வப்போது கூச்சமூட்டிக்கொண்டிருக்கின்றது... நிலமகள் மரகதநிற இரத்தினக்கம்பளத்தைப் போர்த்திக் கொண்டதுபோல ...

வயல்கள் புடைசூழ, ராஜபார்ட்காரனின் மிடுக்குடன் தலைநிமிர்ந்து நிற்கும் ஓட்டுவீடு. நகர்ப்புற அந்தஸ்திற்குக் குச்சுவீடாகவும், பட்டிக்காட்டு நிலைக்கு மாளிகையாகவும் தோற்றமளிக்கும் இரட்டைப் பிறவி.

வீட்டின் முகப்பில் மாட்டுத் தொழுவம். அதற்குச் சமீபமாக, குடலை தள்ளித் தலை நிமிர்ந்து நிற்கும் பயிரின் சாயலில், வாலைக்குமரி ஒருத்தி, பசுக்கன்றைத் தழுவிக் கொடுத்து, இன்பமனுபவிக்கும் போஸில் ... யார் அது?

> லில்லி எப்படி இங்கு வந்தாள்? இருண்ட வானத்தில் மின்னல் கீற்றுகள். மின்னலின் கணநேர ஒளிவெள்ளத்தில், நெஞ்சில் சிறைப்பட்ட காட்சிகளைப்போல மனதை மயக்கி ...
>
> பசுக்கன்றைத் தழுவிக் கொடுப்பவள் லில்லியல்ல. இருட்டில் கயிற்றுத் துண்டைக்கண்டு பாம்பு என்று துடிக்கும் மயக்க நிலையிலிருந்து விழிப்படைகிறேன். அவள் – என் லில்லி – இன்று ஒருகால் திருமதி டானியலாக

வாழ்ந்து கொண்டிருக்கிறாளோ? அல்லது, கன்னியாஸ்திரி மடத்திலே சேர்ந்து, இளமை எழுச்சிகளைத் தியாகம் என்ற அக்கினியில் உலர்த்திக் கொண்டிருக்கிறாளோ?

(கன்னியாஸ்திரி மடத்தைச் சேர்ந்தவர்கள் சில சமயங்களில் சமையற் கட்டில் அப்பளம் பொரிப்பார்களாமே?) . . . வகை வகையான நச்சுக் குளிகைகளின் பெயர்களைத் தான் தெரிந்து வைத்திருப்பதாகச் சொல்லியிருந்தாளே ...

(வெறும் பேச்சல்ல.) லில்லி! ஒருதடவை உன்மீது 'பொய்'க்கோபம் கொண்டுவிடுகிறேன். (அதற்கு ஊடல் என்று பெயரா? கூடல் வாழ்க்கை நடத்துவதற்கு முன்னமே ஊடி வாழ முடியுமா? வத்ஸாயன ஆராய்ச்சி ஏன்?) அதைத் தாங்க இயலாது, நீ ஏதோ மாத்திரை களெல்லாம் அள்ளி விழுங்கி, மூன்று நாட்கள் பிரக்ஞையற்றுப் படுத்த படுக்கையாகக் கிடக்கிறாய் . . . என் சினத்தையே தாங்கிக்கொள்ளும் சக்தியற்ற உன் மெல்லிய இதயம், என் பிரிவை எப்படித் தாங்கிக்கொள்ளும்? என்ன நடந்ததோ? ஏது நடந்ததோ? உன் தகவல்களைக் கொண்டுவரும் ராமதூதர்கள் கிடையாது.

சிறிது நேரத்தில் விழுதுவிட்டிருக்கும் ஆலமர நிழலில் அசை போட்டுக்கொண்டிருக்கும் மாடு எழுந்து, தன் தொழுவத்திற்குச் சென்றுவிடும். வாழ்க்கை பூராவுமே அசைபோட்டுக்கொண்டிருக்க முடியாதல்லவா? அசை போட்டு, ஜீரணித்து, புதிய உணவு தேடி, தொழுவத்திலிருக்கும் வைக்கோலை நாடி, செல்லத்தான் வேண்டும். லில்லியைப் பற்றிய நினைவுகளைக் காலவெள்ளம் அசைபோட்டு ஜீரணிப்பதைப்போல ...

அவள் யார்?

அப்ஸரஸா? கந்தர்வ மாதா? அல்ல அல்ல, என் மாமன்மகள் புனிதந்தான். அவள் 'பெரிய மனுஷி'யாகிய காலத்தில் மிகவும் தடபுடலாக அவளைப் பார்க்கச் சென்று திரும்பியதில் நினைவு சவுங்குகிறது.

புதிய சூழ்நிலையில் பிடித்தம் ஏற்படுகிறது. தோகை விரித்தாடும் மயில்களையும், துள்ளிக்குதித்தோடும் மான்களையும் இயற்கைச் சூழலில் பார்க்க முடிகிறது. எத்தனை விதமான பறவைகள்; எத்தனை ரகமான கீதங்கள்! இயற்கையின் இனிய இசையைக் கேட்டு இன்புறப் பாக்கியம் செய்யாத அப்பாவிகள், புதிய தலைவலி மாத்திரைகளுக்கு விளம்பரப்பலமாக ஒலிக்கப்படும் டுப்ளிக்கேட்டுக் குயில்களின் டப்பாச் சங்கீதத்தை ரஸிக்கும் கண்றாவியை நினைத்துப் பார்க்கிறேன்.

கடற்கரை நித்திய நிம்மதி தவம் செய் ஸ்தலமா? கடல் கன்னி துவண்டு நீளும் தனது அலைக்கரங்களை நீட்டி, கரையிலுள்ள மணலை விரகதாபத்துடன் கட்டித் தழுவி முத்தமிடும் விநோதத்தை எப்படி வர்ணிப்பேன்?... மாலை நேரத்துத் தங்கக் கதிர் வெயிலில், ரத்தினக் கற்களின் பொடிகளான வெண்மணலை நோக்கி... அலை... அதைத் தொடர்ந்து அலை, அலைகள்; அலைகள். செத்த அலைகள்; வாலிப அலைகள்; கடற்கன்னியின் கருப்பையில் கருவாகக் கிடக்கும் அலைகள்... கரைமீது முட்டிமறையும் அலைகளைப்போல, காலவெள்ளத்தில் மிதந்து என்னைப் படாத பாடு படுத்திக் கொண்டிருக்கும், லில்லியைப் பற்றிய நினைவு அலை இலேசாக மடிந்து, மறைந்து...

பள்ளத்தை நிரப்பவரும் வெள்ளத்தைப்போல, லில்லியின் நினைவினால் குழி விழுந்த என் இதயப் பள்ளத்தை நிரப்ப இச்சை கொண்டவளைப்போல புனிதம்... கன்னிநில விளைச்சலின் வாளிப்புடன்... சோப்பும், பவுடரும்; அத்தரும், அஞ்சணமும்; கொண்டை ஊசிகளும், தனந்தூக்கிகளும்; கண்கட்டி வித்தையில் எழில் காட்டும் ஜிகினா வேலைகளுமின்றியே பூரணத்துவ அழகு பெற்ற உருவம்...

லில்லி! இந்தப் புனிதத்திலும் ஒரு கோணத்தில் உன் அசைப்பு இருக்கிறதே!

அவள் சிரிக்கிறாள். சிணுங்குகிறாள். கேலி செய்கிறாள். அடம் செய்கிறாள். மருட்டுகிறாள். ஆடிக்கறக்கும் மாட்டை ஆடியும் பாடிக்கறக்கும் மாட்டைப் பாடியும், சுரக்கச் செய்யும் வித்தையில் பண்டிதை. உணவு உருண்டையை ரப்பர் பந்தாக மாற்றுவதற்குச் சுவராக உருவாக்கிக் கொண்டிருக்கும் என் குடலில் ஒட்டும் உணவை ஊட்டுவதற்கு அவள் எடுத்துக்கொள்ளும் பிரயாசைகள்... அவளுடைய புன்முறுவலுக்காக ஒரு கவளம் சாப்பிடுகிறேன். அஷ்டகோணமாகும் முகத்தின் நெளிவைச் சரிசெய்வதற்கு ஒரு கவளம் சாப்பிடுகிறேன்... வயிறு நிரம்புகிறது. இரத்தம் ஊறுகிறது... புதிய...

புதிய?

பழைய மோக உணர்ச்சியலைகளின் புதிய தோற்றம். கரையில் மோதிய அலைகளைப்போல லில்லியின் நினைவுகள் மடிந்துகொண்டிருக்க... அல்ல, அந்த அலைகள் பின் நோக்கிச் சென்று புனிதமென்ற புதிய அலையாக முன்னோக்கி வருகிறது...

குட்டி போட்ட பூனையைப்போல, அவள் என் அன்னையைச் சுற்றி, வளைய வளைய, 'மாமி... மாமி... என்று குழைந்து, கோந்துபோல ஒட்டிக்கொள்கிறாள். மாமியையும்,

எஸ். பொன்னுத்துரை ✧ 87 ✧

மருமகளையும் நன்றாகப் பார்க்கும்பொழுது; என் உள்ளத்தில்... என் வாழ்க்கைக்குப் புனிதம் தேவையான சாதனமா? பல்துலக்கும் சாதனங்கள் எடுத்துவர, முகச்சவரச் சாமான்களை எடுத்து வைக்க, சட்டைகளைச் சரிசெய்து அணிவதற்குத் தயார்செய்ய ... என் நாவுக்குச் சுவையான உணவுகளைத் தயாரிக்க அவற்றை அன்புடன் பரிமாற; கேலி செய்ய; பேச; அப்புறம் –.

அப்புறம்?

சிந்தனை வண்டி மலைக்குடைவிற்குள் செல்கிறது. நீளம் தெரியாது. இருட்டின் இருள் கலந்த சூனியநிலை. அந்நிலையில்...

இன்னொரு நாள்.

அந்தி மயங்கும் வேளை. மாலைமங்கை மனித உள்ளங்களில் போதாகக் கிடக்கும் காம உணர்வு மலர்களை மலர்விற்க்கப் பூவாளியைக் கரம்பற்றி உலவ வரும் நேரம்.

சுழிந்து நெளிந்து, இசைபாடித் துள்ளிக் குதித்துக் கும்மாளம் கொட்டிப் பாயும் நீர்ப்பரப்பிலே, இரையைக் குத்திப்போடுகிறேன்.

காதலும் மீன்பிடி தொழில்தானாமே! அப்படியானால்; அதற்கு என்ன இரை குத்த வேண்டும்?

மிதப்புத் தாழுகிறது. அது நீருக்குள் இலேசாக அமுங்கிச் சென்று... முள்ளில் குத்தப்பட்டிருக்கும் இரையைக் கொத்தி, முள்ளைத் தன் தொண்டைக்குள் மாட்டிக்கொண்டு தவிக்கும் மீனை நினைத்தபடி,

(லில்லி என்ற மீன் என் இரையைக் கொத்த மறுத்ததா?)

கயிற்றை உன்னி, ஒரு சுண்டுச் சுண்டி இழுக்கிறேன்,

மறுகணம்.

‘ஆ’ என்ற அலறல் சத்தம் கேட்டு, நாடிகள் நாளங்களாகின்றன. சத்தம் வந்த திக்கில் தலை திரும்புகிறது. புனிதம் கண்களைப் பொத்திக்கொண்டு. அவள் கொண்டு வந்த குடம் தவறி எங்கேயோ போய்... பயம் என்னை வளைத்துக் கொள்ளுகிறது. பயத்தின் சிலிர்ப்பு!

“என்ன?”

“ங்... ங்...” – சிணுங்கல்.

“தூண்டில்முள் கண்களில் பட்டுவிட்டதா?”

“நல்லா மீன் பிடிப்பீங்க. ஒரு மயிர்க்கனத்தில் என் கண்கள் தப்பிவிட்டன. இல்லாவிட்டால் என் விழிகளைத்தான் உங்கள் தூண்டில் பெயர்த்திருக்கும்.”

‘பார்த்தாயா, புனிதம்? மயிர்க்கனத்தில் மீனின் தொண்டை முள்ளில் சிக்கவில்லை. இப்படித்தான் லில்லியை வேட்டை யாடிய பொழுதும், நான் தோல்வி கண்டேன்.’

“தூண்டில் முள்ளுக்கே மீனுக்கும், உன் கயல் விழிக்கும் வித்தியாசம் தெரியவில்லையென்றால்?”

“இச்!” தலைகவிழ்ந்து கொள்ளுகிறது. அந்தி வானச் சிவப்பு. முதலிரவைக் கற்பனை செய்யும் குமரியின் முகத்தில் பரவிப் படரும் லஜ்ஜை.

“கண்கள் எங்கே?”

“மிதப்பில். உன் கண்கள்?”

கால்ப்பெருவிரல்கள் பத்துத்தானா என்று எண்ணுகின்றன.

நான் மீன்பிடிப்பதை மறக்கிறேன்; அவள் குடம் நிரப்புவதை மறக்கிறாள். வெகுநேரம் வரையில் பேசிக்கொண்டிருக்கிறோம். ஆகாயவாணி எங்கள்மீது பாற்குடங்களை ஊற்றிக்கொண்டிருப் பதைப் பார்த்த பின்னர்தான், பொழுது சாய்ந்து இரவாகிவிட்டது என்ற சமாச்சாரம் தெரியவருகிறது.

“புனிதம்! நீ வீட்டுக்குப் போகவில்லையா?”

‘நீங்கள்தானே எனது வழித்துணை? ஒன்றாகப் போவோம்.’

‘நீ வரும்போது வழித்துணையின்றித்தானே வந்தாய்?’

‘இந்த உலகத்திற்குத் தனியாக வந்தவர்கள், துணைபிடித்து, ஜதை சேர்ந்து வாழ்வதுதானே சம்ஸாரம்?’

பட்டிக்காட்டுப் பெண்ணின் உள்ளத்திலே, தத்துவப் பூக்களை மலர்விக்கிறது எனது கற்பனை.

துணையாம்!

எதற்கு?

வழித்துணையா? வாழ்க்கைத்துணையா?

வாழ்க்கை ஒற்றை வழிப்பயணம்?

வாழவேண்டுமென்ற வேட்கையுடன் சாவு என்ற ஸ்தம்பத்தை நோக்கி ஓடிக்கொண்டிருக்கிறோம்...

ஏதோ சுயநினைவற்ற – போதை நிறைந்த – நேரத்தில், கொச்சைச் சொற்களில் நிகண்டு தயாரித்து, உடற்பயிற்சியில் ஈடுபடுகையில், ஒரு குழந்தையைத் தப்பித்தவறி உண்டாக்கிவிட்டோமென்று திருப்திப்படுகிறார்களா

பெற்றோர்கள்... வாழ்க்கையைச் சந்தையாக்கி, ஜதை சேர்க்கும் ஸ்தலமாக்கி...

புனிதம் என்னுடைய வாழ்க்கைத் துணைவியாகிறாள்... அப்பா போட்டிருந்த லோகாயத விஷயங்களில் தப்புக் கணக்கு ஏற்பட்டதாம். இந்த அளவிலாவது மகன் தப்பிப் பிழைத்துத் திருப்தி 'மனித'னாகிறானே என்ற குதூகலம் அன்னைக்கு...

அப்பா, நீ இப்போது அம்மாவின் சிண். உனக்கென்று இயக்கம் கிடையாது.

விவாகமென்பது பெரியோர்கள் நிச்சயித்த தினத்தில் மற்றும் பெரியோர்கள் குடும்ப சமேதராக வந்து தாம்பூலாதிகள் அணிந்து ஆசீர்வதிக்க, கெட்டி மேளம் கொட்ட, நாதஸ்வரம் பொழிய, தாலிகட்டுவதல்ல...

உண்மையில்...

இந்த வைபவங்களுக்குப் பின்னர், தனிஅறையில், இருட்டில்...

ஓகோ, முதலிரவு!

○ ○ ○

புனிதா! நீ என் அறைக்கு வருகிறாய். தலையைக் கிரகணம் கவ்வியதா? முகம் தரையில் புதைந்து நிற்க, கொண்டை மயிர்மட்டும் கொண்ட முகமாகத் தோற்றமளிக்கிறாய்.

என் உள்ளத்தை அசூயை கவ்வுகிறதா? இல்லை. எத்தனையோ மைல்களுக்கப்பால் இருக்கும் லில்லியின் நினைவுகளில் எற்றுண்டு, பம்பரச் சுழற்சியுடன்...

நீ, இந்த அறைக்கு வரும்போது, எத்தகைய இனிய நினைவுகளையும், அழகிய கனவுகளையும் உருட்டிக்கொண்டு வந்தாயோ? அந்த இத உணர்ச்சிகளில் அங்கங்கள் ஒவ்வொன்றும் ஊதி, விம்மி, வீங்கி... பூரண விரிவின் தகிப்பில், என்னை நேர் நோக்கிப் பார்க்கும் வெட்கத்தினால், தலைசாய்த்து நிற்கிறாய். சாதாரணமாக இருந்தால், உன்னைக் குடலை தள்ளும் குமர் பயிருக்கு உவமிக்கும் எண்ணம் குதிர்ந்திருக்காதா?

குணமாகிவிட்டது என்று நான் நினைத்திருந்த புண் மறுகிப் புடைப்புடன் வீங்கி, சீழ் கக்கி, ஏற்பு வலியுடன் சித்திரவதை செய்கிறது.

இந்த நிலையில் லில்லி வந்திருந்தால்? அன்று உதகையில் அந்த யூக்லிப்டஸ் மரத்தின் கீழ்...

உன்னை நான் இங்கிருந்து இன்பலோகத்திற்கு சிறகடித்து அழைத்துச் செல்வேன் என்று எதிர்பார்த்தாயா?

நான் மட்டும் ஒரு உலகில் தனியாக சிறகடித்து...

உன்னைப் பற்றிய அசூயை நினைவுகள் பொங்கி வழிகின்றன.

பழைய சம்பவங்களின் பிராண்டல்களைத் தாங்க முடியவில்லை.

நீ பெண்.

லில்லியும் பெண்.

அங்கங்கள், அவயங்கள் ஒரே மாதிரி. ஒரு அசைப்பில் பூரண ஒற்றுமை இருக்கிறது.

சிப்பிக்கும் முத்துச்சிப்பிக்கும் என்ன வித்தியாசம்? தோற்றத்தில் இல்லை. திறந்து பார்க்கவேண்டும்.

'ஐயோ, எதை?'

என் மனம் கல்லாகுகின்றது. எண்ணெய்க்குள் முற்றாக அமுக்கப்பட்ட குத்துவிளக்குத் திரி மங்குவதைப்போன்று உன் கண்கள் ஒளியிழந்து, நீர் சுரந்து, குளமாகிறது.

என் மனம் கறுவுகிறது.

நீ வெதும்புகிறாய்.

விடியற்காலையில், சேவல் கூவுகிறது; எழுவான் திக்கு வெளுக்கிறது.

பஞ்சும் நெருப்பும் பக்கத்தில் பக்கத்திலிருந்தால், தீ பற்றிக்கொள்ளும் என்பார்கள்.

ஆனால் ஆலமரத்து விநாயகராக நானும், அவர் பக்தையாக நீயும் 'கெடாமல்' வெளியேறுகிறோம்.

அப்பொழுது நீ உன் தலையை வெட்டி, என்னைப் பார்த்த பர்வை.

உதடுகள் நோயாளியின் குறுகிய உடலாக நடுங்க, கண்களில் தீப்பிழம்புக்குஞ்சுகள் பொரித்துக் கிளம்ப, நீ பார்க்கும் பார்வை...

'பிடிசாபம்' தருகிறாயா?

நான் என்ன செய்வது, புனிதம்! என்னால் லில்லியை இன்னும் மறக்க முடியாமல் இருக்கிறதே...

○ ○ ○

கல்யாணம் செய்தவனுக்கு இரட்டைத் தொழில். ஒன்று பெண்ணை ஆட்சி செய்வது. நான் புனிதத்தை ஆட்சி செய்கிறேன். நான் கட்டளைகளைப் பிறப்பித்தவண்ணமிருக்கிறேன்; அவள் அவற்றை உடனுக்குடன் நிறைவேற்றிக் கொண்டிருக்கிறாள். எஜமானன் – பணியாள் தொடர்பு வெகு ஒழுங்கு. மற்ற வேலை, பெண்ணின் அடிமையாக, தாஸானு தாஸனாக வாழுவது.

மனித வாழ்க்கை இரட்டை வாழ்க்கை. ஒன்று பலருக்கு வெளிச்சம் போட்டு வாழ்வது. சேவல் கூவ, பகல் பொழுது. பேடு கூவ, சேவல் மிதிக்க இரவுப் பொழுது.

தனியறையில், இரவில், இருளில், நடத்தப்பட்டு, தோல்விகள் அறிவிக்கப்படாது, வெற்றிகள் மட்டும் பதிவு செய்யப்படும் வேலை. அந்த வேலைக்கு நான் லாயக்கில்லை. முடியவே முடியாது. என்னை நபுஞ்சகமென்று நினைக்கத் தேவையில்லை.

லில்லியின் நினைவு அழியவில்லை. அந்த நினைவுகள் கரைமீது மோதி மடியும் அலைகளல்ல. அது கடல் நீருடன் கலந்துவிட்ட உப்பு. என் உடலில் ஓடும் குருதியுடன் கலந்துவிட்ட ஊமத்தஞ்சாறு.

புனிதம் மனம் புழுங்குகிறாள். கண்களில் குழிகள். அவை, அவளுடைய அடி மனதில் மரணித்துக்கொண்டிருக்கும் குமரிப்பருவ உணர்ச்சிகளின் சோகக் கதைகளைச் சொல்லாத மொழியில் சொல்லிக்கொண்டிருக்கின்றன. அவள் தலையணை யில் வாயைப் புதைத்துக்கொண்டு, மற்றவர்களின் செவிகளில் விழாத அமுக்கிய குரலில், துன்பங்களையெல்லாம் உப்பு நீராகக் கரைத்து, கண்விழித்துத் துன்பம் என்ற அக்கினியில் வெந்த இரவுகள் எத்தனை?

உன்னைப் போலத்தான் நானும் துன்பத்தில் சாம்புகிறேன். என் உள்ளம் லில்லிக்காக உருகிக் கொண்டிருக்கிறது என்பதை நீ அறிவாயா?

'அத்தான்! நீங்கள் என் உள்ளம் பூராவும் வியாபித்திருக் கிறீர்கள்' – அடிக்கடி புனிதத்தின் வாய்பிதற்றும் பல்லவி.

என் உள்ளம் பூராவும் வியாபித்திருப்பவள் லில்லி.

அவள் துரும்பாகிறாள். வண்ணான்சாலையில் சாயமிழந்து கந்தலாகும் துணியாகிறாள். என் புறக்கணிப்பு என்ற க்ஷயரோகக் கிருமிகள் அவளுடைய சுவாசப் பையைத் தினமும் அரித்துத் தின்று...

அவள் பட்டிக்காடு. கர்நாடக நினைவுகளின் கோயில். வாயில்லாப் பூச்சி. தன் தேவைகளைச் சொல்லத் திராணியற்ற...

அவள் முகம் வீங்கு மட்டும் அழுது அழுது சைகை மொழியில் ஏதோ சொல்லுகிறாள். அந்த அழுகையில் தொனித்துத் தெறிக்கும் அவரோகணத்திற்கு என்னால் அர்த்தம் கற்பிக்க முடியுமென்றாலும் –.

லில்லியின் நினைவுகளால் பாழுங் கிணறாகிவிட்ட என்னிடத்தில், புனிதத்தைத் தள்ளி அவளுடைய வாழ்க்கையைப் பாழாக்கிவிட்டதாகப் புனிதத்தைப் பெற்றெடுத்த 'பாவி'கள் அலறித் துடிக்கிறார்கள். தங்களுடன் அழைத்துச் சென்று அவளைத் தேற்றியெடுக்கும் விருப்பத்தைத் தெரிவிக்கிறார்கள். பசு புலியாகிறது. அவள் என்னை – அவளுடைய உடற்தேவைகளையும், உணர்ச்சிகளையும் புறக்கணிக்கும் என்னை – அட்டையாகக் கொழுவிக் கொள்ளுகிறாள். இந்த அட்டையின் விசித்திரமென்னவென்றால், என் இரத்தத்தை உறிஞ்சிக் குடிக்காமல், தன் இரத்தத்தை இழந்துகொண்டிருக்கிறது.

வாளிப்பாக வளர்ந்திருந்த வாழை, ஓர் ஆண்டிற்குள் நாணலாக, சே, துரும்பிலும் துரும்பாக மாறிவிட்டது.

ஓரிரவு.

தாங்க இயலாத மனச்சலிப்புடனும், வேதனையுடனும், விசித்து விசித்து அழுகிறாள்.

நான் சிலையல்ல. கருங்கல்லல்ல, மரக்கட்டையல்ல.

மனிதன் என்பதை உணருகிறேன்.

சில மாதங்களாக அவளுடைய தேவைகளைப் பூர்த்தி செய்ய வேண்டுமென்ற எழுச்சி. கருகும் பயிரைத் தளிர்ப்பிக்க நீர்பாய்ச்ச வேண்டும். (நீர்பாய்ச்சுதல் கடமை.) சாந்தி முகூர்த்தத்தில் ஆரம்ப விழாவைத் தவறிவிட்டால்? எங்கே ஆரம்பிப்பது என்பது பெரிய பிரச்சனையாகி விடுகிறது.

"என்ன புனிதம்?"

"ஒன்றுமில்லை."

"இன்றைக்காவது மனந்திறந்து பேசு."

"எனக்கு அப்படி என்ன தேவை இருக்கிறது? உங்களுக்குப் பாதசேவை செய்கிறேன். அந்தப் பாக்கியம் ஏழேழு ஜன்மங்களுக்குப் போதுமே"

"டீயே! பசுவான நீ, எப்படியடி, இப்படி முழுசு முழுசாகப் பொய் பேசக் கற்றுக்கொண்டாய்?"

"ஏன் இந்த விசும்பல்?"

"என்னைப் பார்த்து மற்றப் பெண்கள் கேலி செய்கிறார்கள்."

"எப்படி?"

"... ... ..."

"எனக்குத் தெரியும். கணவனால்..."

"உங்களைக் குறைசொல்ல நான் விடமாட்டேன்... ஆனாலும்..."

"என்மீது ஆணையிட்டேன். உன் உள்ளத்தை வாட்டும் அந்த எண்ணத்தை இன்று சொல்லித்தானாக வேண்டும்."

"'விட்டேன்' என்று சொல்லுங்கள்... ஆணையிடுவது..."

"பாவமா? அந்தப் பாவமும் என்னுடன் ஒட்டிக்கொள்ளட்டும்."

"நான் சொல்லுகிறேன். முதலில் 'விட்டேன்' என்று சொல்லுங்கள்."

"விட்டேன்."

"என்னை..."

"என்னை..."

"ம்... உன்னை?"

"எல்லாரும்..."

"சொல்லேன்."

"மலடி என்று கேலி செய்கிறார்கள்."

கடைசி வைக்கோல் துரும்பு ஏற்றப்பட்டதும், ஒட்டகம் படுத்து விடுகிறது. கேவிக் கேவி அழுகை.

'நிறுத்து புனிதம். உன் உள்ளம் வெடித்துவிடும்.'

உணர்ச்சிகளுக்கு உள்ளத்தில் அணை கட்டியிருந்தாள், இன்று உடைப்பு ஏற்பட்டுவிட்டது.

அவள் மலடி!

அப்பொழுது?

நான் மலடன்!

அன்றிலிருந்து உள்ளத்திலே புதுவகையான வெறி புகுந்து கொள்ளுகிறது. என்னைப்போன்று (அல்லது அவளைப்போன்றே) ஒரு பிரதி எடுத்து 'மலடர்கள்' என்ற அவச்சொல்லைத் துடைத்தெறிய வேண்டும்.

பிரதியெடுப்பதற்குக் கார்பனும் பென்சிலும் தாராளமாக உபயோகிக்கப்படுகிறது.

கார்பன் மீது பென்ஸிலை அமுக்கிப் பிரதி எடுப்பதுதான் கல்யாணமா?

ஓயாத வேலை.

எது கிடைக்கவில்லையென்று அவள் தவித்தாளோ, அதுவே அளவுக்கு மீதமாகி, அருவருப்பைத் தரும் பைசாச வேகம்.

மழையில்லாவிட்டால் பயிர் வாடிக் கருகிவிடும். ஆனால் அளவுக்கு மீறிய வெள்ளம் வந்தால்?

அழிவும் பயனும் ஒன்றுதான்.

ஆரம்பத்தில் தரப்பட்ட கலவி ஒத்துழைப்பு மறைந்து வருகிறது... பசித்தாலென்ன, பசிக்காவிட்டாலென்ன, பழக்கப் பட்ட நேரத்திற்கு உணவு அருந்துவதைப் போல...

வெற்றி!

அவள் 'முழுகி' மூன்று மாதம்.

கரு கசிந்தோடிவிடாது, சந்து பொந்துகளைச் செப்பமாக அடைத்து விட்டோமென்ற இறுமாப்புக்கொண்டு, ஆயாசம் தீர்த்து, நெட்டி முறித்துச் சோம்பல் போக்கிக் கொள்ளும்பொழுது, உடைப்பு ஏற்படுகிறது.

கர்ப்பச் சிதைவு.

'விட்டேனா பார்!' என்று மறுமுயற்சி.

மறுபடியும் உடைப்பு.

உடைப்பும் – அடைப்பும்.

தொடர்ச்சியாக ஐந்து தடவைகள்... அவள் சலித்து விடுகிறாள். என்னைத் தனியறையில் காணும்பொழுதெல்லாம், இரத்த வேட்கையுடன் பாய்ந்துவரும் வேங்கையைக் காணும் பசுவாகிறாள். படுக்கை.

டாக்டர் வீட்டுப் படையெடுப்பு. அவளுக்கு ஓய்வு தேவையென்றும். படைப்புத் தொழில் பிரயத்தனங்களை நிறுத்திக்கொள்ள வேண்டுமென்றும், ஜாடைமாடையாகச் சொல்லுகிறார். டாக்டர் ஆலோசனையைத் தெய்வ வாக்கு என்று நினைக்கப் புனிதத்தின் கொழுநன் பக்தி குறுக்கிடுகிறது.

எனக்கு?

அது என்ன நினைவோ, என்ன வேகமோ, என்ன வெறியோ, ‘மலடன்’ என்ற அவச்சொல்லைத் துடைத்தெறிய வேண்டும். ‘எனக்கு ஒரு குழந்தை வேண்டும்.’ – இதுவே என் வாழ்க்கை இலட்சியமாக மாறுகிறது.

டாக்டரின் ஆலோசனையைக் குப்பைத் தொட்டிக்குள் வீசியெறிகிறேன். ஓயாத முயற்சி.

ஆறாவது தடவையாகக் கருத்தரிக்கிறாள்.

டாக்டர் சரி. நான்தான் தவறிவிட்டேன்.

உடைப்பு இந்தத் தடவை கருவூர்ப் பிரதேசத்தில் மட்டும் நடக்கவில்லை. உள்ளத்திலும் வெடிப்பு ஏற்பட்டு... (எந்த வெடிப்பின் மூலம் மனித உயிர் உடல் கொட்டைப் பிரிகிறது?) அவள் நிரந்தரமாகக் கண்களை மூடிக் கொள்ளுகிறாள்.

கண்களை மூடியபடி, என் சிற்றின்ப வெறிக்கு, எப்படியெல்லாம் தன்னுடைய வேதனைகளையும் உணர்ச்சிகளையும் அடக்கிக்கொண்டு, தன் உடலை இரை தந்து படுத்துக் கிடப்பாளோ, அதே நிலை!

உயிர் நடமாடிய உடல், ஜடப்பொருளாக மாறுகிறது.

‘புனிதம்! நீ ஒரு விநோத மாமரமா? நீ பூத்துக் குலுங்கும் போதெல்லாம், பூ பிஞ்சாகி, பிஞ்சு காயாகி, காய் கனிந்து பழமாகுமென்று காத்திருந்தேனே! காற்றிலும் மழையிலும் உதிர்ந்த பூக்கள்; பூச்சியரித்து நெட்டறுந்து விழுந்த பிஞ்சுகள்; கல்லெறியும் துஷ்டச் சிறுவர்களின் குறும்பிற்கும் பலியான காய்கள்; போக, ஒன்றேயொன்று பழமாகாதா என்று காத்துக் கொண்டிருந்தேனே ...’

வெறிப் புயலிலே பூவும் பிஞ்சுகளும் மட்டுமல்ல, மரமும் வேருடன் விழுந்துவிடுகிறது. ஜடம் சிதைக்குச் செல்கிறது. அதைச் சாம்பராக்கும் சிதையைத் தீ மூட்டக் கொள்ளியுடன் நான்.

... நந்தவனத்திலே எத்தனை ஜாதி மலர்கள் மலருகின்றன.

வாழ்க்கைப் பூங்காவில் எத்தனை மலர்கள் மலருகின்றன.

நந்தவனத்தில், சரசுவின் வருகைக்குக் காத்திருந்து அசைபோட்டுக் கொண்டிருப்பவனின் உள்ளத்தில் எத்தனை மலர்கள் மலருகின்றன?

மலர்களென்றால் என்ன?

வாழ்க்கை என்றால் என்ன?

எது எப்படியாயினும், சுற்றிச் சுழன்று சிதையை அடைகின்றன.

மரமில்லாத தோப்பா?

பூக்களில்லாத நந்தவனமா?

பாலைவனம்!

சுடுமணல் வீசுகிறது. என் நினைவுகள் மணல்மேட்டில் புதையுண்டு...

இங்கே நந்தவனம்.

வெட்கங்கெட்ட ரோஜா – செவ்வந்தி – மனோரஞ்சிதம் – முல்லை.

வாழ்க்கையில் பாக்கியம் – சாந்தி – லில்லி – புனிதம்.

யோசெப் சாமியார்?

ஆசைகள் நீர்க்குமிழிகளாக உடைகின்றன.

வாழ்க்கையை விரக்தி முற்றுகையிடுகிறது...

ஆசைகள் அநித்தியமானவையென்றால், நித்தியமானவை எவை?

7. வெறி

நித்திய நிம்மதிக்கு ஆசைப்பட்டு, அலை காற்றுச் சருகாய் அலைகிறேன். வேதனையென்ற – ஏமாற்றம் (இழந்த இன்பத்திற்கு நான் சூட்டும் பெயர்) என்ற – சுடுமணலில், உள்ளத்தின் விளிம்பில் ஜடத்தின் சூட்சுமத் தன்மைகளில்லாமல், போலியாக, நிசமென்ற மயக்க நிழற்காட்சியை அலைபாய்ச்சும் கானல்நீரை இன்னும் நம்பிக்கொண்டே நடக் கிறேன். பசுந்தரைகளும் நீரூற்றுகளும் என்று நான் கற்பித்தவையெல்லாம், சுடுமணல் வெளி சூன்யவெளி. கரையே தெரியாத சுடுமணலின் சூன்யவெளி. ஏதோ நினைவுகளில் – இரைதேடும் கோழியின் பாவத்துடன் நாட்களை உருட்டிக் கொண்டு, வாழ்க்கை வழியில் ஒண்டிப் பிரயாணத் தில் ஈடுபட்டிருகிறேன்.

பூத உடலின் பாரத்தைச் சுமந்துகொண்டு ...

சிலுவை சுமந்து, இடர்ப்பட்டு, இறுதி யாத்திரை மேற்கொண்ட இயேசுநாதரைப் போல ...

நான் வாழ்க்கை மேற்கொண்டிருக்கிறேன்.

உண்டு நிரப்புவது, நிரப்பியதை ஜீரணித்துக் கழிவுப் பொருளாக வெளிப்படுத்துவது, இந்த இரண்டு நித்திய கருமங்களை நிறைவேற்றுவது வாழ்க்கையெனக் கொள்வது மிலேச்சமா?

(மிலேச்ச வாழ்க்கையென்றால் மரணமா?)

உயிரை மாய்த்து, பரந்த வெளியில், இல்லை, மற்றும் கோளங்களுடன் பூமி வெறும் அற்பமாக, அணுவாக, மாறும் வேறோர் வெளியில், நாம்

புகமுடியாது. நம் அறிவின் கற்பனைச் சிதர்கள் மட்டும் ஊடுருவிப் பாயும் அந்த வெளியில், இருப்பதாகக் கற்பிக்கப்படும் மோட்ச நரகத்தை ஒரு தடவை தரிசித்துவிட வேண்டுமென்ற இச்சை கொண்ட வேகத்தில் மனம் தறிகெட்டாடுகிறது.

> இருப்பினும், பூமியின் புழுதியில், உயிர் ஏதோ ஆசையென்ற ஆகர்ஷண ரேகையின் இரும்புப் பிடிக்குள் சிக்குண்டு, கட்டுண்டு . . .

சொப்பனாவஸ்தைக்குள் கிரகப்பிரவேசம் செய்த வாழ்க்கை நிலையில் . . .

அலைகளின் முகட்டில் நர்த்தனமாடும் சர்ப்பங்களின் பளிங்கு மினுக்கங்களில் மட்டும் உந்தப்பட்டு, அலைக் கழிக்கப்பட்டு, சுக்கானின்றி, செல்லும் திசையும் முடிவும் அறியாது தத்தளிக்கும் படகினைப்போல, மனம் தத்தளிக்கிறது.

(என்ன செய்யலாம்?)

வியாபார நட்டத்தில், இழந்த செல்வத்தைத் தேடும் முகமாகவோ என்னவோ பரமபதம் நாடினார் அப்பா. அம்மா கொடுத்து வைத்த புண்ணியவதி. பூவோடும் மஞ்சளோடும் போய்விட்ட பெருமை.

உத்தியோகத்தைவிட்டு, சின்ன எஜமான் என்ற டைட்டிலைக் கைப்பற்றுகிறேன். பொழுதுபோக்காக இலக்கிய சேவையில் குதிக்கிறேன்.

> தாத்தா! நீ என் லில்லியை என்னிடமிருந்து பிரித்து, என் வாழ்க்கையை நாசமாக்கினாய். உங்களைப் போன்றவர்கள் கட்டிவைத்த இலக்கிய மரபுகளையெல்லம் தகர்த்தெறிவதற்காகவாவது நான் இலக்கிய சேவையில் ஈடுபட வேண்டாமா?

இலக்கியம் அகண்ட பிரதேசம். பல உட்பிரிவுகள். தடம் நன்றாகத் தெரியும் வழியே நடந்து பார்த்தால்? வாழ்க்கையில் காண்பவற்றை – அனுபவிப்பவற்றை, நாம் வெகு இலகுவாகப் புரிந்துகொள்ளும் முறையில் சொல்லும் இந்த இலக்கியத்துறைக்குகூட, சில அசாத்திய பிரகிருதிகள் வேலியும் வரம்பும் கட்டிவைத்திருக்கிறார்கள். ‘மரபு’ என்று நம்மைப் பயமுறுத்தும் இந்த வேலிகளை அறுத்தெறிந்து, புதியபாணியில், இலகுவான, தையலும் பூவேலைகளுமற்ற ஒரு பச்சை நடையில் எழுதும் முயற்சியில் ஈடுபடுகிறேன். உருவான கதைகள் பத்திரிகைகளை நோக்கித் தபால் பிரயாணம் செய்கின்றன. ‘நீ அறுவடை செய்துள்ள கதைகள் வாசகரின் ஆதரவைப்

பெறமாட்டாது' என்ற விளக்கத்துடன், சலிப்பில்லாமல் பத்திராதிபர்கள் திருப்பிக்கொண்டே இருக்கிறார்கள். (இந்தப் பத்திராதிபர்கள் தண்ணீரில் இறங்காமலே நீந்தக் கற்றுக் கொண்ட அசகாய சூரர்களா?) வாசகர்களின் விருப்பத்தை, பிரதிகளின் எண்ணிக்கை விற்பனை என்ற தராசில் நிறுத்துப் பார்ப்பதுதான் இலக்கிய மேதைத்தனமா? இலக்கிய விபசாரத்தில் ஈடுபட்டு, வாசகர்களின் அபிப்பிராயத்தை முன்கூட்டியே அறிந்துவிட்டவர்களென்று 'பாவலா'ச் செய்யும் இலக்கிய ரிஷிகள் இருக்கும்வரை, இலக்கிய கற்புத்தனத்திற்கு 'மவுசு' ஏற்படப் போவதில்லை. மாமா வேலை பார்க்கும் பத்திராதிபர்களைக் காக்கா பிடித்து, வாசகன் என்ற அங்காடிப் பயலுக்குப் பல்லிளித்து, உடல் குலுக்கிக்காட்டி, 'ரெண்டு துட்டு'ச் சம்பாதிக்கத் தெரியாதவர்கள், இலக்கியம் என்ற மாலை மோகினித் தொழிலில் தோல்வி கண்டவர்களா? (அவர்களுக்காக நாம் அனுதாபப் படத் தேவையில்லை. புல்லுருவி இலக்கியம் என்ற புலாற்புண் பரப்பாதவர்கள் அவர்கள்.)

இலக்கியத்தில், (எழுதுவது இலக்கியக் கலையென்றால்), ஏற்பட்ட தோல்வி, எஞ்சியிருந்த சொத்துகள் காலியாகிக் கொண்டு வருகிறது என்ற உணர்வு, வயிற்றை நிரப்புவதற்கு ஒரு வேலை தேடிப்பிடிக்க வேண்டுமென்ற ஞானோதயத்தை ஏற்படுத்துகின்றது. லில்லியை ஒருவாறு மறக்க உதவிய கிராம வாழ்க்கையுடன் அமைந்த ஒரு வேலை கிடைத்தால்? . . .

முயற்சி பலன் தருகிறது. முகாமைக்காரராக இருப்பவர் ஒருவர் என் அப்பாவுக்குத் தெரிந்தவர்.

> நமது நாட்டு ஆசிரியத் தொழில். இந்தப் பிரகிருதிகளின் சாக்குப் பையிலேதான் இருக்கின்றனவாம்.

அவரைச் சந்திக்கிறேன். 'கட்டட நிதி' என்ற போர்வையில் இலஞ்சம் பரிமாறப்படுகிறது.

ஏதோ ஒரு கிராமத்தில் எனக்கு 'வாத்தியார்' வேலை கிடைக்கிறது.

உபாத்தியாயத் தொழிலிலுள்ள புனிதத்தனத்தைப் பலர் பறை சாற்றுகின்றார்கள். சுத்த அயோக்கியத்தனம். வேறு ஏதாவது நல்ல உத்தியோகம் கிடைத்திருந்தாலும், 'இந்தப் புனிதமான வேலைதான் தேவையென்று ஒட்டிக்கொண்டோம்' என்று பெருமைப்படக்கூடியவர்கள் எத்தனை பேர்? அவர்களை ஒற்றைக் கைவிரலில் எண்ணிக்கை செய்துவிட இயலாதா?

> உயிரை உடலுடன் இணைத்து வைத்திருக்கும் வாழ்க்கைப் போராட்டத்தில், 'படித்தவன்' அல்லது பயிற்றப்பட்டவன்

கடைசியாக ஒட்டிக்கொள்ளும் உத்தியோகந்தான் ஆசிரியத் தொழில். பின்னர், ஏதோ ஊர் ஒப்பனைக்காக, ஒப்புக்கொண்ட வேலையின் புனிதத்தன்மைகளையும், மகாத்மியங்களையும், காரணங்களுடன், ஆலிவர் கோல்ட் ஸ்மித் கண்ட கிராமப்பள்ளிக்கூடத்து ஆசிரியன் பாணியில் கற்பிக்க முன்வந்து விடுகிறார்கள்...

நான் ஒரு பள்ளி ஆசிரியன்.

கிராமபோன் தட்டிலே, சூட்சும இணைப்புகளைச் சரி செய்த பின்னர், ஊசியைக் குத்திப் பாடவைப்பதைப் போன்று, பாடங்கள ஒப்புவிக்கிறேன் ... படிப்பிக்கின்றேன்.

வேதாந்தம் பேசினாலென்ன, பொன்னையும்—பொருளையும்—போகத்தையும் வெறுத்துவிட்டதாக விரதம் புனைந்தாலென்ன; சாப்பாடு வேண்டும்; வயிறு நிரம்ப வேண்டும். இந்த இயக்கத்திற்கு. ஆதார இயக்க சக்தியைக் கொடுப்பது உணவு. மாதம் முடியச் சம்பளம் வருகிறது. இந்தப் பிரச்னை முடிவுகண்ட விஷயமாக மாறுகிறது.

ஆசிரியத் தொழிலில் இன்பம் இருக்கிறதாம், இன்பம்! இந்தச் செம்படவச் சிறாருக்குக் கற்பிப்பதில் என்ன இன்பம் இருக்கிறது? கீறல் விழுந்த தட்டைப் போன்று, ஒரே அடியைத் திரும்பத் திரும்பத் தொண்டை வெடிக்கும்வரை கத்துவதில் இன்பம் இருக்க முடியுமா? மாணவர்கள் என்ற கழுதைகளை வைத்து மேய்ப்பதிலும் பார்க்க, இரண்டு பசுமாட்டை மேய்க்கும் இடைச் சிறுவனுக்கு அதிக இன்பமும் இலாபமும் இருக்கிறது. எத்தனையோ ஆண்டுகள் இன்பத் தமிழின் நெடுங்கணக்கைக் கற்கும் முயற்சியுடன் கல்வியை மூட்டைகட்டி வைத்துவிட்டு, தூண்டில் கயிற்றையும் வலையையும் தூக்கும் மாணவர்களையும், மீனை அடுக்கி வியாபாரம் செய்வதற்குச் செல்லத் தயாராகக் கூடைகளையும் பறிகளையும் தூக்கும் மாணவர்களையும் வைத்துக்கொண்டு, தொண்டையின் வலிமையினாலும், வெண்கட்டிச் சித்திர வேலைப்பாடுகளினாலும், கற்பித்துவிடலாமென்று நினைப்பது எவ்வளவு பேதைமை! ஊசி மருந்தின் மூலமோ, அல்லது ஏதாவதொரு சத்திர சிகிட்சை மூலம் கபால ஓட்டைப் பிளந்து அதன்கீழ் அம்மிக்கல்லைப் போலக் கிடக்கும் மூளையில் ஒட்டு வேலைகள் செய்வதின் மூலமோ, கல்வியைப் புகட்டலாமா என்ற ஆராய்ச்சியின் முடிவைத் தெரிந்த பின்னர், இப்பாடசாலையை நிறுவியிருந்தால் எவ்வளவு சமர்த்தான காரியமாக இருக்கும்?

இக்கிராமத்தில், காட்டிலெறித்த நிலாவான இந்த நந்தவனத்தை ஏன் நிருமாணிக்க வேண்டும்? சீஸன் காலத்தில், மீன்பிடிகாரரின் வாடி அமைக்கப்பட்டால் கலகலப்பாக

இருக்கிறது. இருப்பினும் இந்த வாடிக்காரருக்கு வாடிக்கை செய்ய வருபவர்களுக்கு, இந்த நந்தவனத்தைப் பார்க்கிலும், அதற்கு அப்பாலுள்ள புதரும், மறைவும் அதிகம் உதவுகிறது. கள்வாடை கலந்திருக்கும் அந்தக் குடிசைகளில் கல்வி ஒளியை ஏற்ற முனைவது எவ்வளவு விந்தையானது? இந்த வேலையற்ற நினைவுகளில் சஞ்சரிப்பதிலேயே மண்டையைப் போட்டு உடைக்கிறேன். இந்த வெட்டி ஆராய்ச்சியில் குதிக்கும்பொழுதெல்லாம், என்னைப்பற்றி நினைவுகளே ஜன்னி வேகத்தில் குட்டிக்கொண்டு வெளிப்பட்டு... காற்றிலே சிதையும் சிற்றில்களாக மாறுகின்றன என் சிந்தனைகள்.

சாயங்கால வேளைகளில் நான் இந்நந்தவனத்திற்கு வருகிறேன். என் உள்ளங்கைப் பரிமாண இலைகளை ஆலவட்டமாகவே விரித்திருக்கும் அந்த ஆலமரத்தின் கீழ் மாடு வந்து அசைபோட ஆரம்பிக்கும்.

எனக்கும் அந்த மாட்டிற்கும் ஒற்றுமை இருக்கிறது.

மாடு அசை போட்டுக்கொண்டே இருக்கும்...

...இரையை!

நான் பழைய சம்பவங்களை – மனதைக் கடலாக்கி, அதன் முகட்டிலே சீறிப் பாயும் ஒளிச் சர்ப்பமாக பம்மாத்து வேலைகள் காட்டும் சம்பவங்களை – அசைபோடுகிறேன்.

❍ ❍ ❍

சமீப காலத்தில் ஒரு புதிய எழுச்சி ஏற்படுகிறது. நிம்மதியின் ஒரு சிறு திவலை என்மீது பட்டுத் தெறிக்கிறது.

ஜடப்பொருட்களுக்கும் கீழேயுள்ள வெறும் கற்பனையென்ற அடிவானத்திலிருந்து, பிளந்தெறியப்பட்ட பொன்வட்டிலின் வடிவம் கொண்ட மதியைப் போன்ற நினைவுகளிலிருந்து கிளம்பி வரும் ஒளிக்கதிர்கள் என்னை...

கடலாக இருந்த மனம் குளமாகிறது.

நாக சர்ப்பங்களான அலைகள் ஓய்கின்றன.

அகக்குளத்தில் மகிழ்வூட்டும் மலர்கள். மதியைக் கண்டு மலரும் பூக்களா?

ஆம். ஆம்பல் மலர்கள்! தண்ணீருக்கு வெளியே தலையை நிமிர்த்திப் பார்க்கும் நீச்சல் அழகிகளைப் போல – மீன்பாடும் தேனாட்டுச் சகவாச தோஷத்துடன் சொல்வதனால். தண்ணீருக்கு வெளியே தலையைக்காட்டும் நீரக மகளிரைப்போல – வெண்மை யானவை; செம்மையானவை; வெண்மையும் செம்மையும் கலந்தவை!

ஓர் ஆம்பல் மலர் கறுப்பு நிறத்தில்...

அந்த மலர் பெண்ணுருவம் அடைகிறது...

அடடா, அவள்தான் திலகா!

சூரியோதயத்தில் – அருணனின் ஒளிபட்டு மலர்ந்த மலர்களுள் ஒன்றல்ல அவள். மதியின் வருகைக்காகக் கூம்பி நிற்கும் மொட்டு.

திலகத்தைப் பெண்ணென்று அறிமுகம் செய்திருந்தால், தவறு.

பெண் என்பவள் விரிந்த பூ. (அதில் ஊறும் நறுந்தேனை உண்ணவிரும்பிய ஆண் என்ற வண்டு...)

திலகா ஒரு மொட்டு. மதியை எதிர்பார்த்துத் தவநிலையில் கூம்பி நிற்கும் ஆம்பல் மொட்டினைப் போல...

ருதுவாகா வயது. வயதைத் தோற்கடிக்கும் வாளிப்பான வளர்ச்சி. ஆனாலும், பெரிய, பருவமடைந்த பெண்ணைப்போன்று அவளுடைய பேச்சும் – பாவனையும்!

பாடசாலைக்குப் பக்கத்திலுள்ள, மாட்டுத் தொழுவ விஸ்தீரணமுள்ள அந்த 'மாளிகை'யில் நான் ஜாகை வைத்துக் கொள்ளுகிறேன். பல்கலைக்கழக வாழ்க்கையில் ஏற்பட்ட 'பெட் காப்பி'ப் பழக்கம். அதற்காகப் பெரிய தேர்மோஸ் பிளாஸ்க் ஒன்றினை எனதாக்குகிறேன். சாப்பாடு இரண்டு வேளை வீடுதேடி வரும். மாமூல் சாப்பாடு – சோறு, இரண்டு மரக்கறி, குழம்பு என்று கடைக்காரன் விளக்கிய பின்னரே இனம் கண்டு கொண்ட சாப்பாடு – மலையாளத்தான் கடையிலிருந்து வரும். அந்தச் சாப்பாட்டிற்கு நாவின் சுவை உணர்வைத் திமிர்க்க வைக்கும் சக்தியுண்டென்பதை உணரமுடிகிறது. இருந்தும் என்ன செய்வது? அவனை விட்டால் வேறு கதியில்லை. போட்டியின்றி அந்தப் பிரதேசத்தில் அவன் ஒருவனே ஹோட்டல் நடத்துகிறான். ஆகவேதான் அவனைக் கட்டிப்பிடித்துக்கொண்டு மாரடிக்க வேண்டியிருக்கிறது.

மலையாளத்தான் கடைச்சாப்பாடு தன் வேலையைச் செம்மையாகச் செய்ய ஆரம்பித்ததோ, என்னவோ! நான் வயிற்றுவலியுடன் கஷ்டப்படுகிறேன்.

பாடசாலைக்கு லீவு போட்டுவிட்டு, வீடாக அவதரித்துள்ள மாட்டுத் தொழுவத்தில் அவஸ்தைப்படுகிறேன்.

பட்டின நாகரிகத்தின் போலியைப் பலர் பலவிதமாக விஸ்தரிக்கக் கேள்விப்பட்டிருக்கிறோம். ஆனால் அந்தப் பட்டண நாகரிகத்தில் பல சௌகரியங்கள் இருக்கின்றன.

பணம் மட்டுமிருந்தால், ஐந்து வினாடிகளுக்குள், ஊசி தொடக்கம், சாந்தி முகூர்த்தத்திற்குத் தயாராக நிற்கும் வாடகைப் பெண்வரை எல்லாமே தயாரித்துவிடலாம். சகலமும் ரெடிமேட் மயம். இந்த விவகாரம் வைத்தியத் துறையிலும் நுழைந்திருக்கிறது. கிராமத்திலுள்ள பாக்குக் கொட்டைத் தட்டிக் கடைகளையெல்லாம், முற்றுகையிட்டாகிவிட்டது. நான் கேட்கும் மாத்திரைகளின் பெயரைத்தானும் அவர்கள் கேள்விப்பட்டதில்லை. கற்பகத்தருவில் மலரும் அபூர்வ மலரை அங்காடிப் பெண்ணிடம் கேட்பதாக, என்னை முறைத்துப் பார்க்கிறார்கள். சலிப்புடன் இழுத்துப் போர்த்திக்கொண்டு, படுக்கையில் படுக்கிறேன்.

சூத்திரப் பொறியில் இயங்கும், இயக்கமுள்ள ஜடப்பொருளைப்போல – இயந்திரத்தைப்போல – என் சிந்தனைகளும் இயங்குகின்றன.

இந்த நேரத்தில், என் லில்லி – என் ஒரேயொரு லில்லி– என் பக்கத்திலிருந்தால்...

இருந்தால்?

இதமான நினைவுகள் படுக்கையில் பஞ்சணை மெத்தையை விரிக்கின்றன.

குடிசையின் வாசற்பக்கம் அரவம் கேட்டு அந்த நினைவுகள் இடையில் அற. தலையை – பாறாங்கல்லாகக் கனக்கும் தலையை– நிமிர்த்திப் பார்க்கிறேன்.

"ஐயா, வாத்தியாரய்யா!" – குரல் கேட்கிறது. இனிமையின் பச்சை ரேகைகள் கிளைவிட்டிருக்கும் குரல்.

"யாரது?"

ஒரு சிறுமி எட்டிப் பார்க்கிறாள்.

பின் பனிக்கால நாட்களில், விடியற்காலையில், திரை விரித்திருக்கும் பனிப்படலத்தைப் போல. சோகம் அவள் கண்களில் வலைவிரித்திருப்பதைக் காணமுடிகிறது.

"வா. திலகா, வா!"

தயங்கித் தயங்கி, வற்று நீர்க்கரைக்கு நீரருந்த வரும் புள்ளிமானா?

"ஏன் திலகா? பள்ளிக்குப் போகவில்லையா?"

"போனனான்."

"பாதை தவறி எப்படி இங்கு வந்தாய்?"

"உங்களுக்குச் சுகமில்லையாம். இப்ப ..."

"வயிற்றுவலி. அவ்வளவுதான்."

"தீக்கல் குடிச்சனியளா?"

"ம்..."

"பொய் சொல்ல ஐயாவுக்கு ஒல்லபமும் தெரியாது."

"நான் என்ன சொல்ல? எனக்கு யார் தீக்கல் வச்சுத் தருவார்கள்?"

"அதுதானே நான் வந்தனான். அம்மைக்கிட்டக் கேட்டுத் தீக்கல் சரக்குகள் கொண்டாந்தனான்."

தயங்கித் தயங்கி வார்த்தைகள் வெளிவருகின்றன.

கபடமற்ற நேர்மையும், கபடுகொண்ட நடிப்பும் கலந்ததாக...

இந்தப் பிஞ்சு உள்ளங்களில் காலப்போக்கில் எவ்வளவு அழுக்கும் தூசும் ஒட்டிக் கொள்ளுகிறது? யோசெப் சுவாமியார், என் மொட்டு உள்ளத்தில்...

மன்ரேக் என்ற மந்திரவாதி பல அதிசயங்களைச் செய்திருக்கிறானாம். அவனை அழைத்து இந்த உலகத்திலுள்ள எல்லோரையும் நித்திய குழந்தைகளாக மாற்றும்படி செய்தால் – ?

அட மறந்துவிடுகிறேனே! இந்த அசகாய சூரன்கூட ஒரு எழுத்தாளனின் கற்பனை தான்.

வீட்டின் பின்புறத்தில் மூன்று கற்களை எடுத்து வைத்து, அடுப்பு அமைத்து, ஒரு குடுக்கையில் நீர் ஊற்றி, பாவாடைத் தலைப்பைத் துருத்திக்கொண்டிருந்த சரக்குகளை முடிச்சவிழ்த்து அதிற்போட்டுக் கொதிக்க வைக்கிறாள். ஜன்னல் ஊடே கவனிக்கிறேன்.

என் அறைக்குள் வருகிறாள். தாறுமாறாக, குப்பை கூள உருக்கொண்டு சிதறிக்கிடக்கும் புத்தகங்களைச் சீராக அடுக்கி வைத்து, அறையைச் சுத்தம் செய்கிறாள். இவள் பெரியவளாவதற்கு முன்னரே, குடும்பக் கலையில் பயிற்சி பெற்றிருக்கிறாளே?

அன்பின் கீதம் ஒலிக்கிறது. பிழம்புருவான கண்களின், தண்ணீரின் தண்மை எப்படிக் குடிகொண்டது? என்னைப் பார்க்கிறாள். கண்கள் மருளுகின்றன.

திலகா! நோயில் தகிக்கும் கண்களை நேருக்கு நேர் சந்திக்கும் வலிமையை இழந்துவிட்டாயா?

மனம் தராசாகிறது.

நிறுவைப் பொருட்கள்?

லில்லியும் திலகாவும்.

இரு தட்டில் வைத்து, தராசு முள்ளைச் சரிபார்க்கும் சமயத்தில்...

திலகா, தீக்கலுடன் வருகிறாள். முகில் உறிஞ்சும் ஆவி. சூட்டினை ஒரு கிண்ணத்திலிருந்து மறுகிண்ணத்திற்கு மாற்றி மாற்றி ஊற்றியே ஆறச் செய்கிறாள். நெற்றிக்கட்டில், புருவமுனைகள் கரங்கோர்க்க முனையும் இடத்தில், உடல்நீர் முத்துக்களாகின்றன. வியர்வைக் குறுணிகள்.

தீக்கல் கிண்ணத்தின் அடிப்பாகத்தினைப் பாவாடைத் தலைப்பால் துடைத்து நீட்டுகிறாள். அவள் சிறுமி. என் தேவைகளைச் செய்து முடிக்குமட்டும், தன்னை எவ்வளவு பெரியவளாகப் பாவனை செய்து கொள்ளுகிறாள்.

"ஐயா, உடம்பை பத்திரமாப் பாத்துக்கோங்கோ. மத்தியானம் சாப்பிடவேண்டாம். பத்தியம் காக்க, பட்டினி கிடக்கவேணும். பின்னேரம் உப்புக் கஞ்சி காய்ச்சித்தர வாறன்."

"ஏன் திலகா, உனக்கு அத்தனை சிரமம்?"

"பேசாமல் படுங்கோ. இங்க உங்களுக்கு ஆர் இருக்கினம்?"

இந்தக் கிராமத்து மாணவ மாணவிகளை இன்னும் காமிக் புத்தகங்களும், சினிமா ஸ்டார்களின் படங்களுடன் கூடிய 'பபிள்கம்'மும் வந்து கெடுத்துவிடவில்லை. பெட்ரோல் மன்னனுடைய ஏகாதிபத்திய எல்லைகள் இந்தக் கிராமங்களில் வியாபிக்காதிருப்பது ஒருவகையில் நல்லதுதான். இல்லாவிட்டால், கருச்சிதைந்த முறையிலாவது கிராமங்களில் ஒட்டிக் கிடக்கும் குருகுலப் பண்புகள் என்றோ அழிந்தொழிந்திருக்குமல்லவா?

"நேரம் போயிட்டு. அம்மா ஒன்றும் சொல்லமாட்டாளா?"

"அம்மை என்னத்தைச் சொல்லப்போகுது? ஐயாவுக்குச் சுகமில்லையெண்டால், அம்மை என்னை வீட்டு வேலைக்குக்கூட மினக்கெடுத்த மாட்டாளே."

"அப்படியா?"

அவள் அந்தக் கேள்விக்கு பதில் எதுவும் சொல்லாமல் 'களுக்' என்று சிரிக்கிறாள்.

சிரிக்கும்பொழுது, அவள் கன்னங்களில் குன்றிமணிப் பருமனில் விழும் குழிகளின் அழகுதான் என்ன? லில்லி, நீ முல்லைச் சிரிப்புகளை உதிர்க்கையிலே உன் கன்னங்களில் இப்படிக் குழி விழுந்தால், எவ்வளவு அழகாக இருந்திருக்கும்?

வகுப்பறையில் இந்தத் திலகாவை தினமுந்தான் பார்த் திருக்கிறேன்.

எண்ணெய் தடவி, ஒழுங்காக வாரப்படாத பரட்டைத் தலையுடன், ஆனால் எண்ணெய் வடியும் முகத்துடன், பள்ளிக்குப் படிக்க வரும் பல செம்படவச் சிறுமிகளுள் அவள் ஒருத்தி. மற்றச் சிறுமிகள் அமாவாசைக் கலரென்றால், திலகா சற்று நல்லெண்ணெய் நிறம். அவ்வளவுதான். அவளைப் பற்றி நினைப்பதற்கு வேறு என்ன இருக்கிறது.

இன்று, இப்பொழுது?

விசித்திர நினைவுகள் தங்களுடைய பற்களுக்குள் என்னைக் கவ்விக் கொள்ளுகின்றன.

திலகா, லில்லியின் மறுபதிப்பா?

ஒரு அசைப்பில் லில்லியின் சாயல்கொண்ட புனிதம்?

○ ○ ○

புனிதா! நீ ஒரு பழத்தையேனும் தராமல், சொரிந்த மாம்பூக்களைப் பம்மாத்துக் காட்டிவிட்டு, நிழலாட்ட வாழ்க்கை நடத்தி, மறைந்துவிட்டாய்.

அவள் மண்ணிலே மண்டையைப் போட்டுப் பத்து ஆண்டு களாகிவிட்டனவே!

பின்னர்?

காலவெள்ளத்தின் மடியிலே புழுங்கிமடிந்த அனுபவங்கள் தான் எத்தனை?

நாடோடியாக பார்த்த உத்தியோகத்தையும் இழந்து, எஞ்சியிருந்த முதியோர் சொத்துகளைக் கரைத்து, அலைக்கழிந்து, அல்லற்பட்டு, வாழ்க்கையின் அடிநாக்கில் உறிஞ்சப்பட்டு, வாழ்வா – சாவா என்ற கயிற்றரவு நிலையில் நாட்களை உருட்டி, பத்து ஆண்டுகளுக்குப் பின்னரும் இந்தக் கொட்டில், உயிர்க்கிளி இலேசான இயக்கத்துடன் வாழ்கின்றது என்ற ஞானத்துடன், 'போக்கனங்கெட்ட' இந்த உபாத்தியாயர் வேலையில் புகுந்து, நாட்களை உருத்திராட்சமாலை உருட்டுகிறேன்.

இருளின் மையிருட்டு நிழலில் சோங்கும் மனம்.

அதில் ஒளியூட்ட மின்மினிப் பூச்சிக் கைவிளக்கேற்றுகிறாளா திலகம்?

மின்மினிப் பூச்சியா, தாரகையா?

தாரகையாக இருந்தாலும், இருண்டு கிடக்கும் விசும்பெல்லாவற்றையும் தன்னந்தனியான – ஒரேயொரு – தாரகையினால் ஒளியூட்ட முடியுமா? ஆனால் அந்த ஒரு நட்சத்திரம், திசைதவறித் தத்தளிக்கும் மரக்கலத்தைக் கரைக்கு இழுக்கும் கலங்கரை விளக்கத்தைப்போல... இந்த மங்குளிப்பெண், மின்னிமின்னிப் பூச்சிப் பரிணாமத்தில் என் உள்ளத்தில் பாய்ச்சிய ஒளிக்கற்றையின் துணைகொண்டு ...

நோய்ப்படுக்கையை விட்டெழுந்து, மறுபடியும் பாடசாலைக்குச் சென்று, கீறல் விழுந்த கிராமபோன்தட்டின் கிரியைகளைக் கிரமமாக நடத்தித் திரும்புகிறேன்.

பாடசாலையில் என் மனமும் கண்களும் திலகாவைத் தேடுவதின் காரணமென்ன?

> நடனம் பயிலும் காற்றில், வள்ளம் விட்டுப் பறந்துவந்து, என் மனம் என்ற வண்டல் நிலத்தில் விழுந்த பரிவு என்ற விதை, பிரீதி என்ற மரமாக வளர்ந்து கொண்டிருப்பதை என்னால் உணரமுடிகிறது. திலகாவின்மீது கொண்டுள்ள பிரீதியென்ற மாம்...

ஒவ்வொன்றிலும் அவளே எனக்கு ஒத்தாசை செய்ய வேண்டுமென்ற சிறுபிள்ளை எண்ணம், குறுவிச்சைக் கொழுப்புடன் பருக்கிறது.

நூல்முனையில், ஆனால் வானவெளியில், பறக்கும் பட்டத்தைப்போல, அவள் என் மேஜையை மையமாகக் கொண்ட ஒரு சிறு விட்டத்தின் விளிம்புவரையில் மட்டும் பறந்து திரிகிறாள்.

> திலகா!
>
> அவள் என் குருதியுடன் கலந்துவிடும்; என் இதயத்துடன் கலந்துவிடும்; என் உணர்வுகளுடனும் நினைவுகளுடனும் கலந்துவிடும்...

ஒவ்வொரு நாளும் தன் தையற்பெட்டிக்குள் – காலியான கற்பூரப்பெட்டியின் மறு அவதாரம்–ஏதாவது ஒளித்து வருவாள். கொய்யாப்பழம் – நாவற்பழம் – கூழாம்பழம் – இவை இருக்கும். சில சமயங்களில் புளிமாங்காய், மாங்காய், விளாங்காய் முதலியன இருக்கும். அவை தரும் சுவையை–புளிப்பை – நான் விரும்புவது கிடையாது. அவள் என்னை வற்புறுத்தி... நான் சுவைப்பதை அவள் சுவைக்கிறாள்; அவள் சுவைப்பதை நான் சுவைக்கிறேன்.

(பாக்கியம், அன்று இளநீர் பருகியதை நீ சுவைத்தாயல்லவா?)

நான் சிறுவனாக நடந்து கொள்ளுகிறேன்.

நான் சிறுவனல்ல.

வயதின் முதிர்ச்சி என் முகத்தில் தடம் பதித்திருக்கிறது. மூன்று மாமாங்கம் முழுசாக வாழ்ந்ததினால், மூப்புப் புழுதி நன்றாகப் படிந்துவிட்டதா? இல்லாவிட்டால், வெண்முகில் ஏன் என் கருங்கொண்டல் மயிரில் கூடுகட்ட வேண்டும்? என் துன்பங்கள் வழிந்தோட வேண்டுமென்பதற்காகவா, முதுமையின் வாய்க்கால் என் முகத்தில் இழுக்கப்பட்டு–.

இச்சையோ, வெறியோ?

யோசெப்பின் ஆசீர்வாதத்துடன், பாக்கியத்தில் தொடங்கிய இச்சை – அந்த மன எழுச்சி – பீளை தள்ளும் ஊனக் கண்களுக்குப் புலப்படாத ஏதோ திராவகப் பொருளாக மாறி, என்னை வாட்டுகிறது. மனிதன் இந்தப் புலாலெழுச்சியைத் தணித்துக்கொள்ளும் வெறியிலே தான் போராட்டம் என்ற போர்க்களம் குதிக்கிறானா?

மனிதப் பிராணி போராட்டங்களினால் வாழ்கிறான் – வளர்ச்சியடைகிறான் என்பது உண்மை. போராட்டம். எதற்காகப் போராடுகிறான்?

தேசப்பற்றினாலா?

தேசப்பற்றுக் கொண்டு, அதற்காகத் தங்கள் உயிரைப் பலியிட்டவர்களுடைய வாழ்க்கையை வாசிக்கும்பொழுது, உள்ளம் புளகாங்கிதம் அடைகிறது. 'வாள் ஓச்சிப் போர்க்களம் புகவேண்டாமா? அன்னை மண்ணின் மேனியைச் சிவப்பாக்கி அதன் வளத்தைக் காட்ட இயலாதா?' (வாள் அந்தக் காலத்து ஆயுதமென்றால், இந்தக் காலத்து ஆயுதமான தார்ச்சட்டிக்குப் பஞ்சமா?) ஆயிரத்தில் ஒருவன் – இல்லை. இலட்சத்தில் ஒருவன் – இதய சுத்தியான தேசப்பற்றுக்காக உடலையும் உயிரையும் அர்ப்பணித்திருக்கலாம். அவன் அசாதாரணமானவன்.

ஆனால் நான் சாதாரணமானவன்.

இலட்சத்தில் ஒருவனாக வாழ்ந்த இலட்சிய புருஷனைத் தவிர்ந்த ஏனையோர், தேசப்பற்றுக்காக உயிர் வாழ்ந்து, அந்தப் போராட்டத்தையே வாழ்க்கையின் உரமாக்கி வாழ்ந்து, அந்தப் போராட்டத்தின் இறுதிக் கட்டத்தில் மரணிக்கிறான்.

தேகப் பற்று!

பசிக்காக – வயிற்றுப் பசிக்காகப் – போராடியவர்களுடைய எண்ணிக்கை மிக அதிகம். வயிற்றுப் பசி அடங்கியதுடன் தேகப்பற்று மறந்துவிடுகிறதா? தேகப்பற்று அக்கினியின் தீ நாக்குகளைப் போல நம்மை வாட்டி உலர்த்தித் தூண்டிற்

புழுக்களைப்போல நம்மைத் துடிக்க வைக்கும் உடற்பசி – பரமனின் பாதாரவிந்தத்தை அடையப் பாதை காட்டுவதாகப் பாவனை செய்யும் மதப்போதகர்களின் கூசா நாக்குச் சொல்லும் காமப்பசி – நம்மை ஆட்கொண்டுவிடுகிறது. அந்தத் தேகப்பற்றைத்தான் – அந்த உடற்பசியைத்தான் – அந்தக் காமப் பசியைத்தான் – கள்ளின் போதையிலும், கஞ்சா மயக்கத்திலும், கன்னியரின் மென்கொங்கைக் கனவுகளிலும், கவிஞன் 'காதல்' என்று கண்கட்டி வித்தையாக மெஸ்மரிஸ ஜாலம் புரிகிறான்.

தேகப் பற்றுக் கொண்டவர்களுடைய போராட்ட வரலாறுதான் மனித வாழ்க்கை. மனிதன் தன்னுடைய சிந்தனா சக்தியினால், காரிய காரணங்களைக் கற்பித்து, சில சமயங்களில், தேசப் பற்று என்று அச்சுப்பிழை செய்து, 'மானசீகக் காதல்' என்று வார்த்தைப் பிரயோகத் தவறு செய்து, தப்பித்துக் கொள்ளுகிறான். இலட்சத்தில் ஒருவனாக வாழ்ந்து மடிந்த இலட்சியப் புருஷனுடைய உள்ளத்தைப் பிளந்து பார்த்தாலும், அதில் தேகப் பற்று என்ற நெடி மூக்கின் துவாரத்தில் வாசலமைத்துள்ள நுகர்ச்சி நரம்புகளுக்குச் சிக்குப்படாத மிக நுணுக்கமான நெடி – கலந்து கிடப்பதை அறிந்து கொள்ளலாம்.

இந்தத் தேகப்பற்று என்ற உணர்ச்சி, இந்த வயதிலேகூட மடியாமல், சில காலம் மறைந்திருந்து, புதுப்புனலின் வேகத்துடன் இப்பொழுது . . .

இல்லாவிட்டால், நான் திலகாவை . . . சிந்தனை மூட்டம்.

அன்றொரு நாள் நடந்த சம்பவம், தூற்றல் மழையில் கிளம்பும் புழுதியைப் போல என்னைச் சூழ்ந்து கொள்ளுகிறது.

மாலை வேளை. கையெழுத்து மங்கும் கருக்கல் பொழுது.

திலகா என் அறையைச் சுத்தம் செய்து, விளக்கேற்றி வைக்கிறாள். சாளரத்தை – மாட்டுத் தொழுவ விஸ்தீரண வீட்டிற்குப் புறாக்கூட்டு வாசலளவு சாளரம் தானே இருக்கும்? – திறந்து என் காற்றோட்ட வசதிகளைக் கவனிக்கிறாள். சன்னல் என்ற பெயரைத் தாங்கும் அந்தப் பொந்தின் விளிம்பில் வந்து எட்டிப்பார்த்து, என் அறைக்குள் பாற்குடத்தைச் சரிக்கும் முயற்சியில் சந்திரன் ஈடுபட்டிருக்கிறான். மானமற்றவன். அம்மணமாக ஆகாயத்தில் பவனி வருகிறானே! திலகா அந்தப் பாலொளியில்.

> பரிமளகந்தியென்ற ஒரு செம்படவப் பெண்மீது, சந்தனு மகாராஜன் கொண்ட மோக வெறியின் அர்த்தம் இலேசாகக் கோடி காட்டி நிற்கிறது.

நான் சந்தனு?

இதற்காக பீஷ்மவிரதம் தாங்கவேண்டிய துர்பாக்கியசாலி இல்லை. புனிதம் நீ பாக்கியசாலி. உயிருடன் ஒரு கருவையேனும் தொப்பூள்கொடியென்ற நூலேணி கட்டி இறக்காதவள்.

நான் அவளைப் பார்த்து, உணர்விழ்ந்து, செயல் இழந்து, உலகமெல்லாம் வியாபிக்கும் விஸ்வபரூபியாகக் கற்பித்து மருண்டு மயங்கும் நிலையில், கண்களில் வாள் வீச்சுச் செய்து, அவளையே பார்க்கிறேன்.

அவள் தலையை, அறுவடைக்குத் தயாராகும் கதிராக, நிலத்திலே கவிழ்த்தினாள். சிரிப்பிலே, குன்றிமணிப் பருமனில் குழி பூக்கிறது.

குறும்புக்காரி.

"ஐயா, அப்பிடிப் பாக்கதேங்கோ. எனக்கு வெக்கமா இருக்கு."

'உன்னைப் பார்க்கும் பொழுது என் உள்ளத்தில் குருகு விட்டு, குருத்து வைத்து, சடைத்து வளரும் எண்ணங்களை என்ன சொல்வேன்? எண்ணத் துகள்கள் முழுவதையும், வார்த்தைகளில் வடித்துவிட இயலுமா?'

"நீ வந்ததிலிருந்து இலட்சுமி இந்த மாட்டுத் தொழுவத்தில் வாசம் செய்ய ஆரம்பித்துவிட்டாள்.'

"நானும் உங்களைக் கேட்கவேண்டுமென்றுதான் காத் திருந்தேன். என் அம்மைகூட அடிக்கடி கேட்பாள்.'உன் வாத்தியாரய்யாக்கு இவ்வளவு வயசாச்சே, ஏன் இன்னும் ஒண்டியாக இருக்கிறார்? என்ன இருந்தாலும் வீட்டுக்கு ஒரு மகாலட்சுமி இருப்பதுபோல வருமா?" நானுந்தான் சொல்லுறன். ஒரு மகாலட்சுமியை வீட்டுக்கு அழைத்து வாருங்கள்."

"அந்த மகாலெட்சுமி பெரிய பெண்ணாக இருக்க வேண்டுமென்று யார் சொன்னது? ஏன், என் வீட்டிற்கு வரவேண்டிய மகாலட்சுமி உன்னைப்போல் ஒரு சிறுமியாக இருக்கக் கூடாது என்றுதான் யோசித்துக் கொண்டிருக்கிறேன்."

நாக்கு என்ற எலும்பில்லாத தசைத் துணுக்கு நடுங்குகிறது. குற்றஞ் செய்த சுமை என் நெஞ்சை அழுத்துகிறது.

"நான் இங்க வரப் புறப்பட்டாலே அம்மை கேலிபேச ஆரம்பிச்சுடும்."

"எப்படி?"

'உன் வாத்தியாரய்யா வடலி வளர்த்துக் கள்ளுக் குடிக்கக் காத்துக் கொண்டிருக்கிறாரா? உன்னை வேறொருவனுக்குச்

சாணைக்கூறை போட்டிருக்கு என்ற சமாச்சாரத்தைச் சொன்னியா?' என்று சிரித்தே மானத்தை வாங்கி விடுவாள்."

"அம்மைக்கு ஏன் இந்த வம்பு?"

"ஒரு பொண்டாட்டிதானாம் புருஷனுக்குப் பணிவிடை செய்வாளாம்."

"இன்று ஏன் பாடசாலைக்கு வரவில்லை?"

"எனக்கு வெக்கமாக இருக்குது."

முகத்தைப் பிஞ்சுக் கரங்கள் கிராணம் செய்கிறது. மார்பின் கூர்ப்பு வைத்து, தசை கட்டும் இடத்தில் பொங்கும் மருட்சி.

"இதென்னடி? புதிசாய் வெக்கம் முளைச்சிருக்கு?"

"எல்லாப் பெட்டையளும் சேர்ந்து 'வாத்தியாரய்யாவின் பெண்டாட்டியம்மா!' என்று என் உயிரை வாங்குதுகள்."

> உதிர்ந்த மாம்பூக்களுக்குள் ஒன்று பழமாக மாறியிருந்தால், என்னுடைய மகளென்று தன்னை அறிமுகம் செய்யக்கூடிய புனிதத்தின் குஞ்சு ஒன்று, திலகாவின் வயதிற்கு மதமதத்து வளர்ந்திருக்கலாம்.

இவள்மீது –.

'இப்படி'யொரு எண்ணம் – மனிதப் பண்பைப்பற்றி விளாசித்தள்ளும் அன்பர்களுடைய மொழியில் 'தகாத எண்ணம்'–எழுந்து, என்னைக் காய்ச்சுகிறதே!

> போதையிலே, மலருக்கும் மொட்டிற்கும் வித்தியாசம் தெரியாத வண்டாக நான் ரீங்காரம் செய்து அலைந்து திரிகிறேன். 'நான் அதைச் சுற்றித் திரியும் இதத்தில், மொட்டு வெடித்து, மலர்ந்து, அதில் கிடைக்கும் புதுத் தேனை முதற்சுவைக்கும் வாய்ப்புக் கிடைக்க நேர்ந்தால்...'

சிந்தனைகள் என் மனதிலே தவளைத் தெத்துதல்கள் போடுகின்றன.

அவள், நாணம் அவள் கன்னங்களைக் கார்கால அந்தி வானாக்க, முகத்தைக் கைகளில் புதைத்த வண்ணம், அவ்விடத்தை விட்டு ஓடுகிறாள்.

(அசைபோடும் மாடு, மரநிழலிருந்து எழுந்து...)

நான்?

8. மறி

இயற்கையன்னை யாழ்மீட்டும் இந்த நந்தவனத்தைத் தாண்டி, தென்னஞ்சோலையைத் தாண்டி, தாழங்காட்டைத் தாண்டி, கடற்கரைக்குச் செல்கிறேன்... நெஞ்சக் குளத்தில் மொட்டாக – மலராப் பூவாக – இருக்கும் ஆம்பலின் நினைவு...

மனதின் சோர்வு உடலில் இறங்குகிறது. கடற்கரையில் பரந்து கிடக்கும் குருத்துக் குறுமணலில் அமருகிறேன். கடலன்னையின் வயிற்றிலே மலர்ந்த மலர்களாம் சிப்பிகளும் சோகிகளும் கரையிலே சிந்திக் கிடக்கின்றன. அவற்றை எடுத்து வைத்து விளையாடுகிறேன்.

முது உடலில், இதழ் அலர்த்தும் பிஞ்சு நெஞ்சம்!

சோகிகளின் அடிப்பாகத்தைப் பார்க்கும் பொழுது – பிளவுபட்ட அந்த வெடிப்புச் சந்துகளைப் பார்க்கும் பொழுது –.

சிருஷ்டியின் அத்திவார வெடிப்புகளை அமைத்த ஆண்டவன். அதே அமைப்பில் சோகிகளின் அடிப்பகுதியை அமைத்ததில் என்ன வியப்பு?

இனம் கண்டுபிடிக்க இயலாத, நாமாகக் கற்பித்த அர்த்தக் குறியீடுகளைத் தாங்கி நிழலாட்டம் செய்யும் வார்த்தைகளில் விவரிக்க இயலாத, நினைவுகள் நெஞ்சத்திலே குவிகின்றன. மனம் வேறோர் இராஜ்யத்தில் சஞ்சரிக்க, கைகள் மட்டும் சிப்பிகளையும் சோகிகளையும் ஏதோ வடிவங்களில் அடுக்கி, அவற்றைக் குலைத்து, மறுபடியும் வேறு வடிவங்களில் அடுக்கி...

நேரம் திமிர்நடை பயிலுகின்றது.

எஸ். பொன்னுத்துரை

"நீங்கள் சின்னப் பிள்ளையா?"

குரல் கேட்கும் திக்கில் திறுகும் தலை.

அங்கு –

கன்னக்குழிவிழக் குறுநகை சிந்தித் திலகா நிற்கிறாள். போக்கிரிச் சிறுமி! தன்னை எப்படியெல்லாம் பெரியவளென்று அபிநயம் செய்து, என்னை அந்த நடிப்பின் மூலமே சித்திரவதை செய்து கொண்டிருக்கிறாள்.

'நான் உன் வயதொத்த சிறுவனாக மாறக் கூடாதா?'

ஐயோ, யோசெப் சுவாமியாரே! எத்தனை சிறுவர்கள் உங்கள் லோப்புக்குள் தஞ்சம்.

'இருப்பினும் இளமைப்பருவம் இனிப்பானது. வயது ஆக ஆகத் துன்பச் சுமைகள் மனிதனுடைய உள்ளத்தை நசித்துக்கொண்டே இருக்கின்றன. வாழ்க்கைப் பாதை நடந்துகொண்டிருக்கும் பொழுது, நமது கவனக்குறைவால் கால்களில் ஏறிவிடும் முட்கள், இந்த வயதில் ஏற்பு வலியை ஏற்படுத்தி...'

"எனக்கு மறுபடியும் ஒரு சிறுவனாகத்தான் ஆசை"

"எனக்கென்னவோ கெதியாப் பெரிய பெண்ணாகி விடவேண்டும் என்றுதான் விருப்பம். நான் கல்யாணம் செய்து கோயில் குளமெல்லாம் போய்...'

கண்கள் செருகிய கிறங்கிய நிலை.

விசித்திரம். நரைத் தலைக்காரர்கள் சிறுவர்களாக விரும்புகின்றனர். சிறுவர்களெல்லாம் பெரியவர்களாக விரும்புகின்றனர்.

"எல்லாம் அக்கரைப் பச்சை என்கிற சமாச்சாரந்தான். வா, விளையாடுவோம்."

"இதென்ன விளையாட்டு? குழந்தைப்பிள்ளை விளையாட்டு."

"குழந்தைகளின் விளையாட்டை துன்பம் தீண்டுவதில்லை."

"அப்ப நான் ரெடி!"

அவள் வந்து பக்கத்தில் அமருகிறாள்.

துருதுருக்கும் எண்ணங்கள்.

"ஐயோ, பெண்டாட்டிக்குப் புருஷன்கூட விளையாட வெக்கமில்லை."

"போங்க நான் வரல்லை."

சட்டென்று எழுந்திருக்கிறாள்.

திலகா! இது பொய்க்கோபந்தானே?

"ஏன்?"

"அப்படிச் சொல்லக்கூடாது."

"சரி சரி. நான் சொல்லமாட்டேன். வா. விளையாடுவோம்."

கூவிக்கொண்டு கத்திசுழற்றி வீசும் காற்று. அக்காற்றுடன் சேர்ந்து, விரைவாகக் கரையை அடைந்துவிடவேண்டுமென்று வேகம் கொண்டு, நீரில் படகோட்டிக் கரை சேரும் அலைகள்.

திலகா சிற்றில் கட்டுவதில் மூழ்கிவிடுகிறாள்.

சிற்றில் விளையாட்டில் காதல் அரும்பும் வயதா எனக்கு? சின்னஞ்சிறு குஞ்சுக் கரங்களினால் என் மழலைச் செல்வத்தைச் சிற்றில் கட்டவிட்டு, அதைப் பார்த்து ரஸிக்கும் வயது.

இங்கே –.

சூழ்நிலை மறந்து, விளையாட்டில் உறிஞ்சப்படுகிறாள். நான் சிப்பிகளையும் சோகிகளையும் எடுத்து அவள் கட்டும் சிற்றிலுக்கு அலங்காரப் பாதை சமைத்துக் கொண்டிருக்கிறேன்.

விளையாட்டே அவளாகிய நிலை. தன்னுடைய பாவாடையைக் காற்று அலங்கோலம் செய்வதைக் கவனிக்கத் தவறுகிறாள்.

காற்று அவளுடைய பாவாடையில் பலூன் ஊதிக்கொண் டிருக்கும் பொழுது –.

மலராமல், மொட்டாக, சமீபத்தில் எழுந்து வரக்கூடிய மதியின் பாலிலே குளித்துப் பூரித்துக் கட்டவிழ்ந்து மலர இச்சை கொண்ட ஆம்பல் என் பார்வையை ஈர்க்கின்றது.

வைத்த கண்ணை வாங்காமல் அதையே பார்த்துக்கொண்டு...

அவள் என்னைப் பார்த்து, நான் எதை இவ்வளவு நேரமும் அவதானித்துக் கொண்டிருந்தேன் என்பதைப் புரிந்து கொண்டவளாக –.

வெட்கத்தால் தீப்பிழம்பாகும் கன்னத்தை மறைத்துக் கொண்டு ...

"இது என்ன வேலை?"

திட்டமிடாததால் பொய்வரச் சுணக்கம் செய்கிறது. சுரியில் அகப்பட்டு, சமாளிக்கத் தத்தளிக்கிறேன்.

"நான் உன் வெட்கத்தைப் பார்த்துவிட்டேன்."

வார்த்தைகள் தடம்புரண்டு வெளிவருகின்றன.

திலகாவுக்கு ரோஷம் புட்டுக்கொண்டு வருகின்றது.

"நானும் உங்களுடைய வெக்கத்தைப் பார்த்திருக்கிறன் தானே?"

"எப்ப?"

அவள் பதில் சொல்லாமல் ஓடுகிறாள்.

அவள் பேடு!

எஸ். பொன்னுத்துரை

நான் அவளைத் துரத்துகிறேன்.

கிழமா? சேவலா?

பனிச்சை மரத்தைச் சுற்றித் தளைத்திருக்கும் எருக்கம் செடிகளுக்குள் அவள் ஓடி மறைகிறாள். நானும் அவளைத் தேடி அதே மறைவுக்குள் மறைகிறேன்.

எங்கேயோ இருள் கவிகின்றது. பனிச்சை மரத்தின் கீழா? அல்லது மனதிலா?

வெட்கமும் வெட்கமும் சந்திக்கின்றன.

யோசெப் சுவாமியாரே! உன் சீடன் குருவின் ஸ்தானத்தில்...!

மலரின் மது சேர்க்கும் இன்பத்தை, மொட்டின் மணத்தை நுகருவதில், வண்டு அடைய முடியுமா?

...!

உலர்ந்த வாழ்க்கையில் மீண்டும் பிடித்தம் ஏற்படுகின்றது. இந்த நெய்தல் நிலக் கிராமம், சுவர்க்கமாக மாறுகிறது.

சுவர்க்கம்?

அது எங்கே இருக்கிறது?

மனக்கோடியில், சிறுமூலையில், அணுவிலும் சிறிதான அங்கப் பரிமாணத்திலிருக்கிறது. கற்பனை என்ற பூதக் கண்ணாடியில் பார்த்துத் தெரிந்து கொள்ளலாம்.

இந்தச் சுவர்க்க அனுபவம், சிரங்கைச் சொறியும் பொழுது கிடைக்கும் இன்பத்தைப் போல...

O O O

மனம் பலவாறு சித்தாந்தம் பேச ஆரம்பித்துவிடுகிறது. மனம் ரேஸ்குதிரை. தருக்க விட்டத்திற்குள் காரணகாரியங்களைக் கற்பிக்கிறது. ஆனால் இறுதியில் அத்தனையும் மனதில் எழும் கற்பனைப் பனிப்படலமாக மாறுகிறது.

ஒரே இடத்தில், ஒரே சமயத்தில், இரண்டு பொருட்கள் இருக்க முடியாது என்ற பொதுவிதியை நான் பாடசாலை நாட்களில் படித்ததாக ஞாபகம். அந்த விதி மனதிற்கும் நன்றாகப் பொருந்துகின்றது.

இப்பொழுது, திலகா மட்டுமே, என் நெஞ்சத்தில் நீக்கமற நிரம்பியிருக்கிறாள்.

பனிச்சையைச் சுற்றி அடர்த்தியாக வளர்ந்திருக்கும் எருக்கம் செடிகளின் மறைவில் நான் திலகாவை ஒழுங்காகச் சந்திக்கிறேன். நோயினால் கன்றிப்போயிருக்கும் என் மனதிற்கு அவளுடைய அன்பு ஒத்தடமாக மாறுகிறது.

நீர்ப்பரப்பில், சுழன்று ஜாலம் காட்டும் ஆயுசுடன் நாட்கள். ஒன்று, இரண்டு, மூன்று . . . சூரியோதயத்துடன் இரவுகள் சாகின்றன; சூரிய அஸ்தமனத்துடன் பகல்கள் இறக்கின்றன.

நேற்று.

அந்தச் சம்பவம் என் மனத்திரையில் விரிகிறது. காற்றை உட்கொண்டு துருத்தித் தள்ளும் பாயைப்போல, மனம் விம்மிப் பொருமுகிறது.

பனிச்சை மரத்தைச் சுற்றி அடர்த்தியாக வளர்ந்திருக்கும், எருக்கம் புதர் மறைவில் நானும் திலகாவும்.

மலரின் மதுசேர்க்கும் இன்பத்தை, மொட்டு மணத்தை நுகருவதன் மூலம் என் ஆண்மனம் என்ற வண்டு திருப்தியுறு மானால், போதான நிலையில் கிடக்கும் இதழ்களை வலுவில் விரிக்கும் நோக்கத்துடன் . . .

"ஐயா, இது புதுமாதிரியாக இருக்கு ... வலிக்குது ... வலிக்குது ..."

இலேசான முனகல் ஒலி.

"யாரது?" ஒரு பெண்ணின் குரலாக ஒலிக்கிறது.

வேலை நிறுத்தப்படுகிறது.

'என்ன? யாரது? எங்கே வந்தார்கள்? அல்லது மனப் பிராந்தியா?'

திலகா பாவாடையைச் சரிசெய்துகொண்டு வலி உணர்ச்சி யுடன் சோர்ந்திருந்தாள். இரைப்பும், பயமும் மண்டிய குரலில், "யாரோ தெரியவில்லை. அம்மைக்கிட்டச் சொன்னால் நான் துலைஞ்சன். நான் இனி இங்க வரமாட்டன்" என்று சொல்லியபடி, எழுந்திருக்கிறாள்.

"யாரது?"

மீண்டும் குரல். மனப் பிராந்தியின் ஒலிவடிவல்ல. குரல் இயல்பாகவும், சமீபமாகவும் கேட்கிறது. எருக்கம் புதரின் இலைகள் ஆடுகின்றன. ஒரு உருவம் எங்களை நோக்கி வருகிறது.

திலகாவின் கால்களில் விசை முளைக்க, ஒரே ஓட்டமாய் ஓடுகிறாள்.

என் எதிரில் ஒரு பெண் நிற்கிறாள். இப்பொழுதுதான் அவளை இந்தப் பிராந்தியத்தில் முதல் முறையாகப் பார்க் கிறேன். பவுடர், அஞ்சணம், தனந்தூக்கி, ரிப்பன், சாமோஸ், ஜரிகைக்காப்பு, இமிடேசன் மாலை;—இத்தகைய கடைச் சரக்குகளின் சமீபகால விலைப்பட்டியலை நன்றாக அறிந்து வைத்திருக்கிறாள் என்பதற்குச் சான்றாக, அவற்றைச் சார்த்தி யிருக்கிறாள். இருப்பினும் நாகரிக அலங்காரத்தில் கேள்வி ஞானமுள்ள கற்றுக்குட்டி என்பதைப் பறைசாற்றுபவளாகவும்,

அதே சமயம் இந்தக் கிராம மண்ணிற்கு அந்நியமானவளாகவும் காணப்படுகிறாள். குழிவிழுந்து, சோர்வடைந்திருக்கும் கண்களில், தன் தூண்டில் இரையை மீன் கொத்திவிட்ட பரபரப்பு.

"ஒரு குஞ்சுச் சிறுமியை இப்படி நாசமாக்கிறாயே. உன்னைப்போல ஆசாமியிடம் இப்படிப் பயிற்சி பெற்றால், அவள் கடைசியில் என்னைப்போல சாமியாகத்தான் வாழவேண்டும்."

என் தலை கவிழ்கின்றது. என் பாதங்கள் நிலத்தில் குத்திட்டுத்தான் நிற்கின்றன.

"நீ யார்? எப்படி இங்கே வந்தாய்?"

அதிர்ச்சியில் விழிப்படையும் துணிவு.

"நான் யாராக இருந்தாலும் என்ன? நீ பலே ஆள்தான். உனெக்கென்ன பஞ்சம் ஏற்பட்டுவிட்டதென்றா, அந்தச் சிறுமியைப் பிடிக்கிறாய்?"

"அப்படித்தான் வைத்துக்கொள்."

"வக்கற்றவன் பேச்சு. சும்மா போட்டுக் கிடக்குமா? தேடிப் பார்க்கக்கூடாது?"

"எங்கே தேடுவது?"

"ஏன் நானில்லை?"

'தன்னையே தருகிறாளே? வேசைதானே தன்னை அதிகம் கற்பாஸ்திரியாக அபிநயித்துக் கொள்ளுகிறாள்? இவள் பெரிய பிஸினஸ்காரியாக இருக்கலாம். இப்படிப் பச்சையாக அறிமுகம் செய்யும்பொழுது சற்று அருவருப்பாகத்தான் இருக்கிறது.'

"இந்நேரம் என்ன செய்கிறாய்?"

"பீட் டியூட்டி வரும் போலீஸ்காரன் கேள்வி. இருந்தாலும் தெரிந்துகொள். தலைப்புச் சுரத்த அந்தரகாரனின் வெறியை,..., அடக்குகிறேன்."

'ஐயோ, ஐயோ! பச்சை பச்சையாப் பேசுகிறாளே! தமிழ் பேசுபவர்களின் பாலுணர்ச்சிகளையெல்லம் வேட்டிக்குள்ளும், சேலைக்குள்ளும் புதைந்து கிடக்கும் மகா இரகஸிய வஸ்து என்ற நினைப்பில் 'மரபு' பேணும் கர்த்தாக்கள் இவள் இப்படிப் பேசுவதைக் கேட்டால், தூக்குப் போட்டுக் கொண்டு சாகமாட்டார்களா?'

"... ... ..."

"என்ன பேசாமல் நிற்கிறாய்? வேணுமா?"

அடங்காமல், விரைப்புடன் நிற்கும் உணர்ச்சிகள், அவளுடைய கொச்சைப் பேச்சுகளைக் கிழித்துச் சபலம்

கொள்ளுகிறது.

“காசில்லை.”

“இங்கு கடனுமில்லை. நாளைக்கு வரட்டா?”

“ம்...”

“எங்கே?”

“நீ சொல்லுமிடத்தில்.”

“சரியாக நாலுமணிக்கு பார்க்கில சந்திக்கிறாயா?”

“சரி.”

“கட்டாயம் வருவாயா?”

“ம். உன் பெயரென்ன?”

“சரசு.”

“இவ்வளவு காலமும் நான் காணவில்லையே?”

“நான் வெளியூர்க்காரி. சீஸனுக்கு சீஸன் வருவேன் ...”

என்னை ஊடறுத்துப் பார்க்கிறாள். அந்தப் பார்வையின் அர்த்தம்?

‘மொட்டை முகர்வதில் மணமில்லை. நான் எல்லாவற்றையும் வித்தை பூர்வமாகக் கற்றுத் தருகிறேன். நான் பாக்கியத்திலும் பார்க்கக் கெட்டிக்காரி!’

“சரசு! சரசு!” – தூரத்தில் ஒரு ஆணின் குரல்.

“நாளைக்கு ... நாலு மணி ... பார்க் ... கட்டாயம்.”

எப்படித் திடீரென்று தோன்றினாளோ, அப்படியே மறைகிறாள்.

❍ ❍ ❍

நேற்று அந்த வேசியிடம் ஒரு கணப் பொழுதில் அசூயை குமட்டியதே. அந்த அசூயை, எப்படி ஒரு நாட்பொழுதில் பெரு விருப்பாய் – வெறியாய் – பரிணமித்தது. ஆசையைத் தீர்க்கும் ஆசை.

> மனித விவகாரம் வினோதமானது. எதில் பொதுவுடைமைத் தத்துவத்தை உருட்டிக் கொண்டிருந்தாலும், மனிதன், பால் உணர்வு விஷயங்களில் தனிப்பெரும் தனியுடைமைவாதி. அதற்கான சேமிப்புச் சுரங்கத்தை தனதாக்கிக்கொள்ள வேண்டுமென்று பேராசைப்படுகிறான். ஒரு பெண்ணை– இன்பப் பெட்டகமென்று தான் கற்பிக்கும் பெண்ணை– தான் ஒருவனே சுவைத்தின்புற வேண்டுமென்ற ஆதிக்க ஆசைகளில் கதியாலூன்றி எழுந்த வேலிதான் கற்பு.

ஆனால் – தன் இச்சைகளைத் தீர்த்துக் கொட்டும் சாதனங்கள் கிடைக்கவில்லை என்ற பஞ்சநிலை ஏற்பட்டால், உடலின் விறைப்புடன் உறைந்து நுங்காகும் வீரியத்தை எப்படியும் வெளிப்படுத்திவிட வேண்டுமென்ற அவசர நிலையில், எந்தச் சந்தோ பொந்தோவும் திருப்தி தருவதையும் உணருகிறான். கற்பு நெறியினைப் பற்றி வாய்கிழியக் கத்துபவன், தான் பலரறிய, நாடறியக் கரம்பற்றியவளைத் தவிர்ந்த, வேறு எந்தொரு சோரம் போனவளுடனும் சேரவில்லையென்று திருப்தியுறுவானா? இப்படிச் சுவையறியா நபுஞ்சகன், ஒரு இலட்சத்தில் ஒருவனாகவேனும் வாழுகிறானா?

சரசுவைப் பார்க்கும் ஆசை இரையுண்டு வளர்கின்றது. ஆசை, பொடியளவு பரிமாணத்தில் உள்ளத்தில் ஒட்டிக்கொண்டாலும், சீக்கிரமே ‘இல்லாமை’ என்ற பாலுண்டு, அடிமுடி காண இயலாத விஸ்வரூபம் கொண்டு விடுகிறது.

(அசைபோடும் மாடு எங்கே?)

அது எழுந்து சென்றதை நான் கவனிக்கவில்லை.

அசை போடுவதிலிருந்து விடுபட்டு, பூரண விழிப்புணர்ச்சியுடன், சரசுவுக்காகக் காத்திருக்கிறேன்.

நந்தவனத்தை ஒட்டினாற்போல, மேற்குப் பக்கமாக, புதர் இருக்கிறது. அந்தப் பக்கமாத்தான் தோன்றுவாள்.

அந்தப் புதர் மறைப்பில், எத்தனை தடவை திலகாவைச் சந்தித்திருக்கிறேன். (இனி அவளைப் பார்க்கவே முடியாது.)

புதருக்குப் பாதையாகக் கெவர்விடும் ஒற்றையடித் தடங்கள் பல. அவற்றில் தொட்டந் தொட்டமாகச் சிறு சிறு குழிகள். மழை காலத்தில், நீர் தேங்கி நிற்கும். அப்பொழுது அந்தச் சதுப்புக் குழிகளில் காலூன்றி நடக்கும் பொழுது –.

“ஸ் . . . ஸ் . . .”

நரம்புகளை முறித்தெடுக்கும் ஓசை.

திரும்பிப் பார்க்கிறேன். சரசு நிற்கிறாள்.

‘ஏன் மிலாந்திக் கொண்டிருக்கிறாய்? யாராவது பார்த்துவிடப் போகிறார்கள். விலைமாதர்களுடன் திரை மறைவில் மட்டும் கலவும் கற்பு நெறியாளர்களல்லவா நீங்கள்? சீக்கிரம் வாவன்.’

என்னைத் துரிதமாக வரும்படி சைகைகள். நான் எழுந்து நடக்கிறேன். அவள் வழிகாட்டி, புதர் மறைவில் மறைந்து கொண்டிருக்கிறாள் . . .

(அசை போட்ட மனிதமாடு, இரை நாடிச் செல்கின்றது...)

9. குழி

அவள் நடந்து சென்ற தடத்தில் நடக்கிறேன். வழியில் சிந்திக்கிடக்கும் நிலக்குழிகள். மழை பெய்தால் அந்தக் குழிகளில் கலங்கிய சேற்று நீர் நிரம்பி வழிந்து –.

முட்டி வழியும் உணர்ச்சிகள் நீராகத் திரண்டு குழிகளில் இறங்கி... அவற்றைச் சுரியாகக் கலக்கினால்?

எருக்கம் புதருக்கு மத்தியில், வெற்றிலைக் கொழுந்து நாட்ட எழுப்பப்பட்ட மேடையைப் போன்று ஒரு பிட்டி. அழுக்கற்ற, துல்லிய வெள்ளை நிற மணற் குறுணிகள். அதில் கால்களைத் தொங்க விட்டு, ஆசனத்தை மட்டும் சாய்த்து, அந்த அந்தர இருப்பில் உடலின் பாரம் முழுவதையும் படியவிட்டு, அமர்ந்திருக்கிறாள்.

தாவணியை எடுத்து, ரவிக்கை மறைக்கும் பிரதேசங்களுக்குப் போர்வையிட்டு, அதன் தலைப்பினால், முகத்தில் புழுத்துக் கிடக்கும் வியர்வைத் துளிகளைத் துடைக்கிறாள். அது என்ன சோர்வோ என்ன களைப்போ?

நான் பக்கத்தில் அமருகிறேன்.

"சரசு! உனக்காக எவ்வளவு நேரம் காத்திருந்தேன். தெரியுமா?"

"என்னை வரவிட்டாத்தானே? என்னையும் உன்னையும் ஒன்றாப் பார்த்தால். உனக்குத்தானே கெட்ட பெயர்? அதுக்கு நான் ஒளிச்சு மறைச்சு வரவேண்டாமா?"

"நீ நல்லவள்."

தன் உடல் என் மீது தவழும் வண்ணம், இலேசாக என்மீது சாய்கிறாள்.

அத்தரும் வியர்வையும் குழம்பி, இரண்டற ஒன்று கலந்து குப்பென வீசும் வாடை. இரண்டுங்கெட்டான் மொச்சை. காலையில் சூட்டியதாக இருக்கவேண்டும்., அந்த மல்லிகைச் சரம். அது தனது மலர்ச்சி முழுவதையும் இழந்து, கருகி, செம்பாட்டின் நிறமெய்தி ...

அவை அவை அந்தந்த இடங்களிலேதான் சௌந்தர்யம் பெறுகின்றன.

சாவீட்டில் பரதநாட்டியக் கச்சேரியா? இருப்பினும் தேவையின் தேவை பிடர் பிடித்து உந்துகிறது. 'வரச் சொன்னேன். வந்துவிட்டாள். நீரில் இறங்கிவிட்டேன். குளிருக்குப் பயம் ஏன்?'

ஒருவித அவசரமும் தீண்டுகிறது ...

நான் இலேசாகப் போர்வையிட்ட சேலைத் தாவணியை அகற்றி, எத்தனையோ துணுக்கங்களாக மடிந்து கசங்கிக் கிடந்த ரவிக்கையின் மேல் கையை மெதுவாகப் பரப்பி –.

சட்டென்று என் கையைத் தட்டி விலக்கி ...

'என்ன இது?'

'அபிநயம்?'

'அவர்களது உடற்பாஷை இதுதானா?'

நான் சற்று விலகும் நோக்கம் கொள்ளுகையில், அசையவே தெரியாத ஒரு நகர்வில், அரக்கி உட்கார்ந்து, "பாரன் கோவத்தை" என்று சொல்லி, தனது தனக்கட்டுக் காற்று விழும்படியான நெருக்கத்தில், கையைச் சட்டைப்பைக்குள் துளாவுகிறாள். விஷயத்தின் விஷயம் முளை காட்டுகிறது.

இவளுக்கு 'சன்மானம்' (அல்லது வாடகை) வழங்குவதற் கென்றே கொண்டுவந்திருந்த ஐந்து ரூபா நோட்டினை அவள் கைக்குள் திணித்து மூடுகிறேன்.

"காசுதானா பெரிசு? சும்மா என்ன வைச்சுருக்கிறாயெண்டு பாத்தால் ..." என்று சொல்லிக்கொண்டே, நோட்டைப் பக்குவமாக மடித்து, சேலைத் தலைப்பில் முடிந்து, சொருகிக் கொள்ளுகிறாள்.

பணத்தின்மீது அவளுக்குள்ள பசி, என் உள்ளப் பனிப்பாளத்தை உருக்கி ... அவரவருக்கு அந்தந்தப் பசிகள். எதற்குப் பஞ்சம் ஏற்படுகிறதோ அதன்மீதே பசி.

பாக்கியம்! இந்தப் பணப் பசியின் காரணமாகத்தான் பத்து ரூபா கேட்டாயா?

"அது என் தலைவிதி. நீ என்னை பெண்டாட்டியாக்கிறியா? நான் உன் அடிமையாக உழைப்பன்."

சாந்தி! பாதுகாப்புத் தேட வேண்டும் வேட்கையில், என்னை உன் கணவனாகக் கணிக்க முனைந்தாயா?

"... ... ..."

"நீ அப்பிடிச் செய்யத் துணியமாட்டாய் எண்டு தெரியும். ஆனால் உண்மையில் எனக்கு உன்மீது ஆசை. உன்னைப் பாத்தால் நல்லவனாய் தெரியுது."

ஆசையின் அரும்பில் காதல் மலருகின்றது... லில்லி, நீ என்மீது செலுத்திய காதல்?

"இப்படி இருக்கிறாயே. உனக்கு ஒருவர் மீது உண்மையான காதல் ஏற்படுவதில்லையா?"

"பொய் சொல்லவா, மெய் சொல்லவா?"

'உன்னைப்போல, பச்சையாக, நிர்வாணமாக, உண்மைகளைச் சொல்லுபவளை நான் பார்த்ததில்லையே!'

"உண்மையைச் சொல்."

"என் வாழ்க்கையில் எதிர்ப்பட்டு, என் உடம்பினைத் தழுவிக் கலவி இன்பமனுபவித்தவர்கள் ஏராளம்... நீர்க்குமிழிகள்... ஞாபகத்திலிருந்து அழிந்துவிட்டார்கள். எவனும் ஒரு கிழமைக்கு மேல என் ஞாபகத்திலிருப்பதில்லை... ஆனால் உன்னை மறக்கமாட்டேன்."

ஞாபகமறதி நெஞ்சப்பாரத்தை இலேசாக்குகின்றது. சரசு நீ மஹா அதிர்ஷ்டக்காரி... இத்துர்பாக்கியவான் இவ்வளவு நேரமும், என் நெஞ்சில் எத்தனைபேர் விட்டுச் சென்ற பாதச்சுவடுகளை அசைபோட்டுக் கொண்டிருந்தேன்?

"ஏன்?"

"நீ நேற்று அந்தச் சின்னப் பெட்டைக்குப் பண்ணினதை எனக்கும் ஒருத்தன் செய்தான். அவனை மட்டும் நான் மறக்கல்லை. அவனும் நீயும் ஒரேமாதிரி."

"அந்த அவன் மட்டும் இல்லாவிட்டால், நீ இப்படியான வாழ்க்கையில் ஈடுபட்டிருக்க மாட்டியா?"

"அவன் மட்டுமா என்னைக் கெடுத்தான்?"

சூழல் – சமூகம் – பசி (வயிற்றுப் பசி, அல்லது காமப்பசி);– இவற்றின் அறுவடைதான் விபசாரம்.

"சரசு! உனக்கு இந்த வாழ்க்கை பிடிச்சிருக்கா?"

அவளுடைய முகம் அஷ்டகோண நெளிவில் சுருள்கின்றது.

"இப்படியே பேசிக்கொண்டிருந்தால் விடிஞ்சு போகும். விஷயத்தைக் கெதியாய் முடி."

எழுந்து சென்று எருக்கம் செடி மறைவில் சேலையை உரிந்து . . . என்னைத் தனக்கு சமீபமாக வரும்படி சைகை காட்டி, படுக்கிறாள்.

நான் அவள் விரித்திருந்த சேலைப்பாயில் அமருகிறேன்.

"எனக்கென்னவோ உன்னுடன் பேசிக்கொண்டே இருக்க வேண்டும் போல ஆசையாக இருக்கிறது."

"பிறகு கதைக்கலாம். சட்டுப்புட்டென்று துவங்கு."

பாக்கியம்! உன்னிலும் கொச்சை. பச்சை.

நாணமில்லை. அப்படியே முன்பக்கத்துப் பாவாடையைக் கிளப்பி, ரவிக்கைப் பிரதேசத்தில் விட்டு, தன் 'இல்லாமையை' நாஸூக்காக மறைத்து, தொப்புளுக்குக் கீழுள்ள பகுதி முழுவதை யும் இயற்கை வெளிச்சத்தில் குளிக்கச் செய்து கிடக்கிறாள்.

"ம்"

துரிதப்படுத்துகிறாள்.

அவளுடைய அம்மண நிலையைப் பார்த்தது, நிலைக்கும் கண்கள்.

தடத்திலிருக்கும் குழியைப் போன்ற தொப்புள் கொடி என்றோ வாழ்ந்த குழி! அதன்கீழ் அலையலையாக சுருக்கங் களுடன் மடிந்துகிடக்கும் வயிறு. அலையலையான தசை மடிப்புகள். அலைகளின் எல்லையாகக் கிடந்த தசை அலை, சற்றுச் சழிந்து, மென்மையின் – இன்பச் சுரங்கத்தின் இருப்பிட மென்று, மனிதன் கற்பிக்கும் முக்கோணச் சதை விளிம்பில் கவிழ்ந்திருக்கிறது. ஆண்டவன் ஏவாளுக்கே சிருஷ்டித்து, அவள் வழி வந்த பெண்ணினம் விசேடமாகப் பெற்றுவிட்ட அந்தச் சிறு நிலப்பரப்பில், சடைத்திருக்கக்கூடிய புல்பற்றை சிரைத்தெறியப்படுகிறது. கரும்பாசி படர்ந்து, பிளேட் உழுதிருக்கக்கூடிய சுவடுகளைக் கூட மறைப்பதைப்போல... தொட்டந் தொட்டமாகத் தொடைப் பகுதியிலும், சிருஷ்டி வெடிப்புப் பிரதேசத்திலும் வெள்ளைத் தேமல் படர்ந்து கோரமாகக் காட்சி தந்து (அன்று, ஆம்பல் மொக்கு என்று கடற்கரையில் திலகாவின் வெட்கத்தை உவமித்த அதே) தசைத் துணுக்கு, புற்று நோயில் அழுகிய நாக்கினைப்போல, சவண்டு தொங்க... மனித பாண்டத்தைச் செய்வதற்கு மண் எடுக்கப்படும் ஊற்றுக் குழியின் மூல விக்கிரகத்தை மறைக்கும் கபாடம் சரிபாதியாகப் பிளந்து – தாயிடம் இரைகேட்கும் காக்கைக்குஞ்சின் செந்நிற அலகாகப் பிளந்து . . . அலகு விளிம்புகளிலும், மீன் செதிள்கள் ஒட்டப்பட்டதைப்போன்று உப்புப் பொருக்கு வெடித்திருக்கும் தொடைகளில் ஆங்காங்கும், நுங்குத்துகள்கள் ஒட்டி அருவருப்புத்தர... பீபத்ஸப் பிரபஞ்ச மொன்று கண்களை உறுத்துகின்றது.

மனம் தன் மூக்கைச் சுழித்துக் கொள்ளுகிறது.

என் விரப்புக்கள் அடங்கி, அமுங்கி, சவுங்கிய நிலை.

“என்ன முந்திப் பிந்தி பாத்ததில்லையா? அப்பிடிப் புதினமாப் பாக்கிறியே!...” என்று சொல்லி, சற்று முன்னர் வழியில் கிடைத்திருக்கக்கூடிய வாடிக்கையின் பயனாக வழிந்த கழிவுச் சின்னங்களின் மிச்சம் சொச்சம் இருக்குமே என்ற நினைப்பில் பாவாடையை இறக்கி, அப்பிரதேசங்களைத் துடைக்கிறாள்.

என் கண்முன்னே, வேறோர் உலகம், மின்னலென விரிகிறது.

சரசுவின் நிர்வாணக் கோலத்தையும் விஞ்சும் நிர்வாண உருவங்கள். தோலெல்லாம் உரிக்கப்பட்டு, உள்ளுள்ளவை வெளியே காய்க்க, மாமிசத்தைத் தின்னும் வேட்கையில் காகங்கள் கொத்தித் துரத்த சிதறியோடும் பெண்கள். எங்கும் நிணவாடை. ரத்தமும், சீழிலும் இருநிற அருவிகளாக வழிந்தோடுகிறது. கூடுபோட்ட மாமிசத் துண்டுகளாலான பெண்கள் என்னை அணைத்துத் தழுவி ஸ்பரிசித்துக் கலவ விழைகின்றன... இரத்தத்தில் தோய்ந்து மூச்சுத் திணறும் உணர்வு கண்களைக் குருடாக்குகின்றது... வெறும் பிரமை – (எது பிரமை?) அவையெல்லாம் எலும்புக் கூடுகளாகின்றன. ஈரப்பசை இழந்து, காலம் காலமாக நிலத்திலே உக்கி, வெயிலில் கிடந்து உலர்ந்த எலும்புக் கூடுகள். கூடுகள் ஊழிக் கூத்தில் மண்ணாகிப் புழுதியாகி மறைய ஆறு எலும்புக் கூடுகள் நிற்கின்றன. அந்த எலும்புக் கூடுகளுக்குப் பெயர்களுண்டு. பாக்கியம் – சாந்தி – லில்லி – புனிதம் – திலகா – சரசு. யாருடைய எலும்புக்கூடு, எது என்று கண்டுபிடிப்பது? எல்லாம் ஒன்றாய், ஒன்றே அனைத்துமாய், ஒரே அவலக்ஷன... மனிதன் பெண்ணின் தோலைப் பார்த்தே இச்சை கொள்ளுகிறான். வெறும் தோல். நகத்தினால் பிராண்டியவுடனேயே கிழிந்துபோகும் தோல் – இதன் நிறத்தை மோகித்து மதம் பித்தமாக, ‘காதல்’ என்று பிலாக்கணம் வைத்துக் கொண்டே மனிதன் வாழுகிறான் – சாகிறான். இந்தத் தோலுடன் நடத்தும் வாழ்க்கைதான் வாழ்வென்ற நினைப்பில் நாட்களை வீணாக்குகிறான்.

மலர்களில்; மணப்பவை, அழகானவை, இதழ் நிறத்தவை, வண்ணமுள்ளவை; எனப் பல ரகங்கள். ஆனால் தோல்களில்? மயிரினால் மறைபட்டுப் போகும் அற்ப நிறத்தைத் தவிர, வியர்வை உறைந்து நாறும் சிணியைத் தவிர – மையிருட்டில் எந்த அற்ப நிறங்களும் இருளாக, எஞ்சுவது வெறும் வியர்வை நாற்றம்... வியர்வையை

முகர்ந்து திரியும் இச்சையில் அலைந்து திரியும் அழுக்குப் பிராணிதானா ஆண்?

ஈரல் குலைகள் குமட்டி, அருவறுப்பு ரஸனையில் மூக்கைத் துளைத்துவரும் அவஸ்தை. ஜுகுப்ஸை தனது இரும்புக் கரங்களுக்குள் என்னைப் பிழிந்தெடுத்துச் சக்கையாக்கின்றது.

வேறோர் உலகில் மருண்டு மரணித்து...

...மறுபடியும் தோலைமட்டும் போர்த்திருக்கும் சரசுவின் பாகத்தில் கண்கள் விழிக்கின்றன. (சேலைகள் சாயமிழந்து, நைந்து போவதைப் போலத்தான் தோல்களுமா?) சரசு சுள்ளித் தொடைகளை அகல விரித்து மல்லாக்காகப் படுத்துக் கிடக்கிறாள்.

இந்நிலையில் எத்தனை இரவுகள், என்னைக் கரம்பற்றிய குற்றத்திற்காக, புனிதம் படுத்திருக்கிறாள்? அப்பொழுது வராத வெறுப்பு – குரோதம் – அருவறுப்பு...

மனக் கொதிப்பில் ரௌத்ரம் பீச்சியடிக்கிறது.

“நீ எழும்பு.”

“ஏன்?”

“நான் இதற்காக வரவில்லை.”

“பின் எதுக்கு வந்தனீ?”

“சும்மா, பேச...”

“ஏன் பொய் சொல்லுறாய்? வேணுமெண்டால் உறை போட்டுச் செய்”

“நான் அதற்காக வரவேயில்லை. சும்மா பேச வந்தனான்.”

“பேசக் காசா? என்னை பிச்சைக்காரியெண்டு நினைச்சாயா? அந்தச் சின்னப்பெட்டைக்கு நான் காணாது?”

ஆவேசத்துடன் எழுகிறாள். கோபக் கனல். பயம் கவ்வுகிறது.

‘ஒரு வேளை?’

அவ்விடம் விட்டு ஓடுகிறேன். அவள் பாட்டில் விட்டுச் சென்றால் போதுமென்ற வெறி.

காமத்தீயில் வெந்து பொசுங்கும் உடலில் குளிர் உணர்வு பிறக்கிறது. நீரில் நனைந்து தீ அடங்குவது போல –.

(எங்கே ஓடுகிறேன்? சரசு, நீ என்னைப் பின் தொடருகிறாயா? அல்லது இன்னொரு வாடிக்கைக்காக அங்கேயே காத்திருக்கிறாயா?

கால்களில் இறக்கை முளைத்த வேகத்தில் நந்தவனத்தைத் தாண்டுகிறேன். (இன்னும் எங்கே ஓடுகிறேன்? தீயை அவிக்கும் நீரை நாடியா?)

10. நீர்

யாக்கையைத் தூக்கப் பலமற்ற சக்தியுடன், பெடலை மிதிக்காமல், பிறிவீலில் ஓடும் மிதிவண்டியின் வேகம் தரும் சக்தியுடன் நடக்கிறேன்.

சர்ப்பத்தின் ஒளித்தலைகளைக் கொண்டு அலைமோதும் கடலும், கடலன்னையின் வயிற்றிலே மலர்ந்த மலர்களாம் சிப்பிகளும் சோகிகளும் சிந்திக் கிடக்கும் குருத்து மணற் கரையும் வெகு பின்னே. அந்தக் கடற்கரையில், இந்நேரம் சீஸனுக்கு வாடியடித்துள்ள செம்படவர்களின் நடமாட்ட மிருக்கும்.

ராவண மீசையுடன் கூடிய தாழங்காடும்; பனிச்சை மரமும், அதைச் சுற்றி அடர்த்தியாக வளர்ந்திருக்கும் எருக்கம் புதரும் பின்னே செல்லுகின்றன. அங்கு சரசு இந்நேரம் யாருக்குத் தோலின்பம் விற்றுக்கொண்டிருக்கிறாளோ?

நந்தவனம் – வண்ணத்திற்கு ஒன்று வகைக்கு ஒன்றாக, வெட்கங்கெட்ட ரோஜா, செவ்வந்தி, மனோரஞ்சிதம், முல்லை என்று பல உருவங்களில் புஷ்பிக்கும் நந்தவனம் – பின்னே செல்கிறது.

என் வாழ்க்கையில் – செக்ஸ் வாழ்க்கையில் – எதிர்ப்பட்ட பெண்களெல்லாம் மலர்களா? வாழ்க்கை ஒரு மாலை?

நான் ஒரு நார்!

நான் நாரென்றால் எங்கே மலர்கள்? எல்லா மலர்களும் அகல அலர்ந்து, இதழ் இதழாகக் கருகி,

கழன்று, உதிர்ந்து ... வெறும் தண்டுகள்! நிழல் நினைவுகள் மட்டும் மீதம். மலர் வாழ்ந்த தண்டுகளும், அவற்றை இணைத்து வைத்திருக்கும் நாரும். இல்லை. அக்கினியில் வெந்து பொசுங்கிய நார்.

என் உள்ளம் சூனியமாக இருக்கின்றது.

அன்று, பூவரசம் நிழலில் அமர்ந்து உன்னுடன் விளையாடும்பொழுது பஞ்சு போன்ற வெள்ளை உள்ளம் இருந்ததே, கமலா!

(அந்த உள்ளம் எங்கே?)

தீயிலே வெந்து, கருகி மீதமிருக்கும் சூனிய உள்ளம்.

வெட்கங்கெட்ட ரோஜா – செவ்வந்தி – மனோரஞ்சிதம் – முல்லை –

நந்தவனத்தில் மலர்ந்த பூக்கள்!

தென்னம்பூ – தாழம்பூ – ஊமத்தம்பூ – ஆம்பல் –

மனம் அறுவடை செய்த உருவகப் பூக்கள்!

பாக்கியம் – சாந்தி – லில்லி – புனிதம் –

அக்கினிப் பூக்கள்!

பாலுணர்ச்சி என்ற தீ, தீப்பிழம்பின் தளிர் நாக்குகளை நீட்டி –. மஞ்சளும் – சிவப்பும் – நீலமும். அக்கினியின் பல நிறங்கள். நீலமும் – சிவப்பும் – மஞ்சளும்; அவை மாறி, மஞ்சளும் – சிவப்பும் – நீலமும்! மாறி மாறி, நிற ஜாலம் செய்யும் அக்னி.

யோசெப் சுவாமியாரே! நீ என் பிஞ்சு நெஞ்சிலே அக்கினிப் பொறிகளைத் தூவினாய்.

பாக்கியம்! நீ அந்தப் பொறிகளில் சுளகு வீசித் தீயை வளர்த்தாயா?

சாந்தி! நீ நெய்யூற்றி வளர்த்த தீயின் நிறம் என்ன?

லில்லி! நீ என் உள்ளத்திலே கொழுந்து விடச் செய்த தீ எத்தன்மையானது?

புனிதம்! நீ மட்டும் விதிவிலக்கா? நீ மூட்டிய தீ மட்டும் சுடாதா?

திலகா! நெருப்பின் கங்கிலேயே ஓமாக்னி எழுப்பினாயே! அதற்கு நிறமுண்டா?

மொத்தத்தில் அக்கினி மலர்கள் வளர்க்கும் காமத்தீ!

அதில், தேகத்தில் புல்லரிக்கும் குளிர்காய்கிறோம் என்ற நினைப்பில் தோலைப் பொசுக்கிவிடுகிறோம்.

மஞ்சளும், சிவப்பும், நீலமும், நீலமும், சிவப்பும், மஞ்சளும்!

காமத் தீயின் நிறங்களும் பல. தீயின் தீ நிறம்; தீயின் தீய தன்மை. எஞ்சுவது பொசுங்கிய நார். கரிமண்டிக் கனக்கும் உள்ளம்.

தொட்டால் சுருங்கும் இலைகள் இருக்கின்றனவாம். ஆனால் தொட்டால் விரியும் இலைதான் கற்பனை. விஸ்வரூபம் விரித்து, மனதை அலைகாற்றாய் ...

பெண்களை மலர்களுக்கு ஒப்பிடுவதில் கவித்துவம் கிடையாது. அது கற்பனைக் குறளி.

பெண்கள் வெறும் தோல்கள்.

வெறும் தோல்கள்தான் என்ற ஞானத்தை சரசு ஏற்படுத்திவிட்டாள்.

தோலில் ததகப்பையும் கொடு வெப்பத்தையும் ஊட்டும் காமம், அதற்கு நீரோட்டம் தேவைப்படுகிறது. பால் நுகர்ச்சி என்பது நீராட்டத் தொழில். விசித்திரமென்னவென்றால் இந்த நீரினால், தீ அவிந்து விடுவது கிடையாது. பெட்ரோல் உண்ட வேகத்தில் அது ‘பகார்’ பற்றி எரிகிறது.

இரண்டு மாமாங்க காலம் சீறிப்படரும் நாக்குகளுடன் வளர்ந்த தீ, அடங்கி, அமுங்கி ... புகை மட்டும் கொண்டல் சேர மேலெழும் வாக்கில் ...

என்னை அறியாது திலகாவின் வீட்டிற்குச் சமீபமாக வந்து விடுகிறேன்.

வானின் தீப்பந்து மேல் திசையில் மரணாவஸ்தைப் படுகிறது... நிழலின் இருள் வலை முற்றாக விரிக்கப்பட்டு ...

மனதில் கவிந்துள்ளது?

நடையில், சரசுவிடமிருந்து அப்பாலும் அப்பாலும் சென்றுவிட வேண்டுமென்ற வேகம் தணிகிறது. தளர் நடை. அவள் வீட்டுக்கு சமீபமாகச் சில பெண்கள். செம்படவப் பெண்கள். பேச்சுக் குரல் கேட்கிறது.

“எப்ப அக்கை வந்தனீ?”

“இப்ப ஒல்லம் முந்தித்தான். என் மருமகப் பெண் சமைஞ் சிருக்கு. நான்தானே முறை மாமி. குப்பைத் தண்ணீ வாக்க. நானில்லாட்டீ, எப்படி?”

“இப்பவே உன் மகனுக்கு சாணக்கூறை போட்டு வைக்கவா? பெண்ணு ராசாத்திக் குஞ்சுதான் – அம்மன் சிலை.”

“அது அப்பவே தொப்புள் கொடி காயிறதுக்கு முந்தியே போட்ட முடிச்சு.”

திலகா வாழும் குடிசை பின்னே செல்கிறது. பேச்சுக் குரல் மடிகிறது.

(‘திலகா! நீ என்னால் பூச்சிபட்ட காயல்ல. நீ சரசுவாகமாட்டாய்.’)

ஆனால், சரசு! நீ மகா கெட்டிக்காரி.

பெண்கள் வெறும் தோல் ஜடங்கள்! அந்த ஜடங்களின் மிருதுத் தோலின் ஸ்பரிச உணர்ச்சிகள்தான் ஆணுக்குத் தேவை!

‘வெறும் தோல்தானே? அதற்குத் தசையும் உயிரும் ஏன்? காற்றில் ஊதிய ரப்பர் பெண் போதாது? எல்லா விந்துக்களும் உட் சென்று பந்தாக வருவது கிடையாதே. எத்தனை விதைகள் நிலத்தில் விரையமாக்கப்படுகின்றன?’

நந்தவனத்தில் அசைபோட்டுக்கொண்டிருந்த மாடு, எனக்கு முன்னால் வெகு தூரத்தில், தன் தொழுவத்தை நாடிச் செல்கிறது.

(நான் பழைய சம்பவங்களை அசைபோட்ட மனித மாடு.)

தீயின் கங்குகள் நீறுவிடும் உள்ளத்துடன் (நீறில் மறைந்திருக்கும் நெருப்புப்பொறி தீயை ஜனிக்காதா?) மாட்டுத் தொழுவ விஸ்தீரணமுள்ள வீட்டை நோக்கி நடக்கிறேன்.

பின்னிணைப்பு

எஸ். பொன்னுத்துரை. (எஸ். பொ.)

ஈழத்தில் யாழ்ப்பாண இராட்சியத்தின் தலைநகராக இருந்த நல்லூரில் கொண்டலடிவீதி, சங்கிலியன்வீதி, அரசவீதி ஆகியவற்றிற்கிடையே அமைந்துள்ள 'பண்டாரக்குளம்' என்னும் பகுதியில் சண்முகம், அம்மாக்குட்டி தம்பதிகளின் தலைமகனாக 24–05–1932இல் எஸ்.பொ. என இலக்கிய உலகில் அழைக்கப்படும் சண்முகம் பொன்னுத்துரை பிறந்தார்.

அக்காலத்தில் எஸ்.பொ.வின் குடும்பத்தினர், தாய்மாமன் சின்னத்தம்பி மார்க்கண்டு தலைமையில் கூட்டுக் குடும்பமாக வாழ்ந்தனர். அக்கூட்டுக்குடும்பத்தில் தாய்வழித் தாத்தா சின்னத்தம்பி, தாயாரின் மூத்த சகோதரி அன்னமுத்து, தாயாரின் சகோதரர் களான மார்க்கண்டு, அப்புத்துரை ஆகியோருடன் தாயாரின் காலம் சென்ற மூத்த சகோதரிகளான திருப்பதி மகள் லக்சுமியும், சிவக்கொழுந்துவின் மகன்களான தம்பையா, சின்னத்துரை ஆகியோரும் வாழ்ந்துவந்தனர். மாமனார் சின்னத்தம்பி மார்க்கண்டு, பிள்ளைகளின் கல்வி, தமது தொழில் வாய்ப்புகளையும் நோக்கமாகக்கொண்டு, யாழ்நகரில் அமைந்துள்ள பெருமாள் கோவிலை அண்டிய பகுதியான சேணியதெரு என அந்நாளில் அழைக்கப்பட்டு இந்நாளில் யாழ்வீதி என அழைக்கப்படும் பகுதியில் ஒரு வீட்டினை வாங்கிக் குடியேறினார்.

ஆரம்பக் கல்வி யாழ் மணிக்கூட்டு வீதியில் அமைந்துள்ள மெதடிஸ் மிஸன் பாடசாலையில். (அன்று வேதப்பள்ளி என்றும் இன்று சன்மார்க்க வித்தியா சாலை என அழைக்கப்படுகிறது.)

இக்காலத்தில் இவர்கள் வசித்த வீட்டின் அயலில் வசித்து வந்த இளைஞரான நல்லையா என்று அழைக்கப்பட்ட எம்.ஸி. சுப்பிரமணியம் லண்டன் மெற்றிக்குலேசனில் படித்தவர். இவரே என் ஆங்கிலக்கல்வியின் முதல் ஆசான் என எஸ்.பொ. குறிப்பிடுகிறார். அத்துடன் இவர் மூலமே சமூகப் பிரிக்ஞையும் சாதியத்திற்கு எதிரான விழிப்புணர்ச்சியும் பெற்றேன் எனவும் குறிப்பிடுகிறார். அத்துடன் எம்.ஸி அவர்கள் எனக்குப் பதினொரு வயதாக இருக்கும்பொழுது எங்கள் குடும்பத்தின் மூத்த அக்கா லக்சுமியைத் திருமணம் செய்து எனக்கு அத்தான் ஆனார் எனவும் குறிப்பிடுகிறார்.

1947இல் யாழ் கம்யூனிஸ்ட் கட்சியின் கிளை யாழ் ஸ்ரான்லி வீதியில் இருந்த சிறுகடை ஒன்றில் ஆரம்பமானது. கொழும்பில் கம்யூனிஸ்ட் கட்சியின் முழுநேர ஊழியனாகவும், கட்சியின் ஆங்கில வார ஏடான *Forward* பத்திரிகை ஆசிரியர் குழுவில் பணியாற்றிய மு. கார்த்திகேயன் யாழ்க்கிளையின் செயலாளராக நியமிக்கப்பட்டார். இலங்கை கம்யூனிஸ்ட் கட்சியின் செயலாளராகச் சுமார் இரண்டு தசாப்தங்கள் பணிபுரிந்து, கம்யூனிஸத்தின் பரம்பலுக்காகவே வாழ்ந்த கடமை வீரர். யாழ் இந்துக் கல்லூரியின் ஆங்கில ஆசான். இளைஞர்கள் – கலைஞர்கள் – இலக்கியவாதிகள் மத்தியில் மார்க்சியப்பார்வை – சித்தாந்தம் – சிந்தனை ஆகியவற்றை நாட்டிய முன்னோடி. இவரிடம் நான் சென்பற்றிக்ஸ் கல்லூரியில் எட்டாம் வகுப்பில் படித்தபோது ஆங்கிலம், லத்தீன்மொழி கற்றுக்கொண்டேன்.

அத்தான் எம்.ஸி. வீட்டு அலுமாரியில் அடுக்கிவைத்திருந்த நூல்கள் என் அறிவுப் பசிக்கு விருந்தளித்தன. குடியரசு பதிப்பக நூல்கள், சிங்காரவேலர், இங்கர்சால், பாரதி, பாரதிதாசன் ஆகியவற்றைக் கற்றதன் மூலம் எனது அறிவுத் தேடல் தொடர்ந்தது.

1947 டிசம்பரில் Senior School Certificate பரீட்சை எழுதிச் சித்தி அடைந்தேன். ஆனால் சென்பற்றிக்ஸ் கல்லூரியில் தொடர்ந்து கல்வி பெறும் வாய்ப்பினை, கம்யூனிஸ்ட் கட்சியின் அதிகாரபூர்வமான ஏடான தேசாபிமானியை மாணவர் களிடையே வினியோகம் செய்த காரணத்தால் கல்லூரியை விட்டு நீக்கப்பட்டேன்.

பின்னர் அத்தான் எம். ஸி., மு. கார்த்திகேசன் துணையுடன் முற்போக்கு எண்ணம் கொண்ட யாழ் பரமேஸ்வரா கல்லூரி

அதிபர் சிவபாதம் சுந்தரம் அவர்களிடம் அழைத்துச் சென்று அக்கல்லூரியில் எச்.எஸ்.ஸி (Higher School Certificate) வகுப்பில் சேர்க்கப்பட்டேன். அக்காலத்தில் தாழ்த்தப்பட்ட மக்களின் பிள்ளைகளுள் முதன்முதல் அப்பாடசாலையில் சேர்க்கப் பட்டவனும், அப்பாடசாலையில் அமைந்துள்ள ஆலயத்தில் முதல் பிரவேசம் செய்தவனும் நானே என எஸ்.பொ. குறிப்பிடுகிறார்.

16 வயதிலேயே *வீரகேசரி* பாலர் பகுதியில் தமது படைப்புகள் வெளிவர ஆரம்பித்தன எனக் குறிப்பிடுகின்றார். 1946இல் 'மலர்'கள் என்ற கவிதை *வீரகேசரி*யில் பிரசுரமானதுடன் எழுத்துப் பயணம் ஆரம்பம்.

இந்திய கம்யூனிஸ்ட் கட்சியின் தலைவர்களுள் முக்கியமானவரான தோழர் ப. ஜீவானந்தம் அவர்களை யாழ்ப்பாணத்தில் அத்தான் எம். ஸி. வீட்டில் சந்தித்ததாக குறிப்பிடுகிறார்.

H.S.C. பரீட்சையில் சித்தி எய்திய பின்னர் சென்னை கிறிஸ்தவக் கல்லூரியிலும், அண்ணாமலைப் பல்கலைக் கழகத்திலும் கற்று B.A. பட்டாதாரியானார்.

இலங்கை திரும்பிய இவர் பட்டதாரி ஆசிரியராக அரசாங்கப் பாடசாலைகளான சென் அன்ரனீஸ், ஊர்காவல்துறை, கம்பளை சஹீராக்கல்லுரி, மட்டக்களப்பு சென்ரல் கொலிஜ், கொழும்பு விவேகானந்தா கல்லூரிகளில் ஆசிரியராகக் கடமை ஆற்றினார். பாடநூல்கள் எழுதும் பணிகளிலும் கடமைபுரிந்தார்.

மணவாழ்க்கை:– எஸ்.பொ., 24 வயதில் மட்டக்களப்பைச் சேர்ந்த பயிற்றப்பட்ட ஆங்கில ஆசிரியை ஈஸ்பரம் என்பவரை காதல் திருமணம் செய்துகொண்டார். இவர்கள் இல்வாழ்வில் மேகலா அநுர, மித்ர, புத்ர, இந்ர என்னும் பிள்ளைச் செல்வங்களைப் பெற்றுக்கொண்டனர். இவர்களுள் மித்ர ஈழவிடுதலைப் போரில் மாவீரர் ஆனார். புத்ர ஒரு விபத்தில் மரணமடைந்தார்.

1981ஆம் ஆண்டு புலம்பெயர்ந்து நைஜீரியா சென்று அங்கு ஆங்கில மொழியியல் துறையின் தலைவராகப் பணியாற்றினார். அங்கிருந்த பல ஆப்பிரிக்க எழுத்தாளர்களின் நாவல்களை வாசித்து, அவற்றுள் சிறந்த பல நாவல்களைத் தமிழில் மொழிபெயர்த்து மித்ர வெளியீடாக வெளியிட்டார்.

1990 அவுஸ்திரேலியாவில் குடியேறி காடாறு மாதம், நாடாறு மாதம் என விக்ரமாதித்தன் போல் அவுஸ்திரேலியாவிலும் தமிழகத்திலும் வாழ்ந்து இலக்கியச் சேவைகளில் ஈடுபட்டார்.

சென்னையில் மித்ர வெளியீட்டு நிறுவனம் ஆரம்பித்துத் தமது நூல்களையும் ஏனைய இந்திய இலங்கை எழுத்தாளர்களின் ஆக்கங்களையும் வெளியிட்டுவந்தார்.

தொகுப்பு: **எஸ். சந்திரபோஸ்**
'வரலாற்றில் வாழ்தல்' நூலிலிருந்து